ĐỨC PHẬT
BÊN TRONG

ĐỨC PHẬT BÊN TRONG
NGUYỄN DUY NHIÊN *tuyển dịch*
NGUYỄN MINH TIẾN *hiệu đính*

Bản quyền thuộc về tác giả và Nhà xuất bản Liên Phật Hội (United Buddhist Publisher - UBP).

Copyright © 2019 by UBP (United Buddhist Publisher)
ISBN-13: 978-1-0906-7103-5
ISBN-10: 1-0906-7103-2

© All rights reserved. No part of this book may be reproduced by any means without prior written permission from the publisher.

NGUYỄN DUY NHIÊN *tuyển dịch*
NGUYỄN MINH TIẾN *hiệu đính*

ĐỨC PHẬT BÊN TRONG

UNITED BUDDHIST PUBLISHER
NHÀ XUẤT BẢN LIÊN PHẬT HỘI

Lời giới thiệu

Đức Phật bên trong là một tập sách góp nhặt những bài dịch từ các bài viết đăng trên các báo Phật học Tây phương. Đây là những bài viết của các vị giáo thọ tu sĩ và cư sĩ, cũng như những thiền sinh đã thực hành thiền nhiều năm, chia sẻ những kinh nghiệm tu học, thiền tập của mình. Những bài viết này tuy đơn giản nhưng rất sâu sắc và thực tiễn, có thể giúp chúng ta vận dụng vào con đường tu học thiền tập của chính mình.

Mỗi bài viết sẽ như một người bạn thân, đóng góp cho ta những phương cách thực tập cũng như chia sẻ các kinh nghiệm chuyển hóa những khó khăn cụ thể trên con đường tu học. Xin được giới thiệu đến quý bạn đọc, hy vọng những chia sẻ này có thể giúp ích phần nào trên con đường quay về và tiếp xúc với đức Phật bên trong của mỗi chúng ta.

Nguyễn Duy Nhiên

I.
THEO LỜI PHẬT DẠY

Giữ thăng bằng

Có hai thầy trò nhà kia làm **nghệ sĩ xiếc**. Thầy là một người đàn ông góa vợ và học trò là một cô gái nhỏ tên *Kathullika*.

Hai thầy trò đi **khắp** đó **đây** trình diễn để kiếm **sống**. Màn trình diễn **thường xuyên** của họ là ông thầy đặt một **cây** tre **khá** cao trên đỉnh đầu mình, **rồi** bé gái leo dần lên đầu cây **và** dừng lại trên đó, để người thầy tiếp tục di chuyển trên mặt đất.

Cả hai thầy trò đều phải vận dụng sự tập trung tâm ý đến một mức độ khá cao để giữ thăng bằng và ngăn chặn tai nạn có thể xảy ra.

Một hôm, vị thầy nói với học trò: "Này *Kathulika*, con hãy giữ gìn cho ta và ta sẽ giữ gìn cho con, chúng ta hãy giữ gìn cho nhau để tránh tai nạn và thầy trò mình **mới kiếm được** tiền."

Đứa bé gái trả lời: "Thưa thầy, có lẽ ta nên làm thế này **thì đúng hơn: Mỗi** người **chúng ta** nên tự gìn giữ lấy mình, **vì giữ gìn lấy mình chính** là gìn giữ cho nhau, tránh được tai nạn và thầy trò mình **mới kiếm được tiền**."

Đức Phật kể câu chuyện này trong **kinh Tương Ưng Bộ** (*Samyutta Nikaya* 47.19) để ví dụ về sự thực tập chánh niệm của chúng ta. Hình ảnh trò trình diễn đầy nguy hiểm này nói lên được những đặc điểm trong sự thực tập chánh niệm. Ý thức về giữ thăng bằng cơ thể là một kinh nghiệm trực tiếp và rất gần gũi, lúc nào cũng có mặt với ta trong mỗi phút giây của sự sống. Mỗi khi ngồi xuống toạ cụ thì sự thăng bằng cơ thể là yếu tố đầu tiên mà ta tiếp xúc. Trong cuộc sống hằng ngày, chúng ta quen phóng tâm ý của mình ra thế giới chung quanh, **nên việc** chuyển sự chú ý vào bên trong, cảm giác được sức nặng của bộ đầu trên đôi vai cùng với những cử động tinh tế của các bắp thịt trong cơ thể lúc nào cũng có mặt để giữ cho thân ta được thăng bằng, là một thay đổi lớn. Người **nghệ sĩ xiếc** cũng giống như một thiền giả, đem ý thức trở về với một tiến trình lúc nào cũng đang xảy ra trong ta nhưng thường bị lãng quên.

Quay trở về để ý thức được mình là một bước rất quan trọng, nếu ta thật sự muốn tìm hiểu và học hỏi về chính mình.

Và câu chuyện đức Phật kể cũng cho ta thấy tại sao chúng ta nên quan tâm **đến** hạnh phúc của **chính** mình trước khi phê **phán** hay trách móc những việc làm của người khác. Hình ảnh đức Phật đưa ra trình bày rõ sự thật ấy: Chúng ta không bao giờ có thể kiểm soát sự quân bình của người khác. Và hơn thế nữa, **bé** gái chỉ có thể giữ được sự quân bình của mình nếu người thầy mà cô **đang** đứng trên vai cũng vững vàng và tin cậy được.

Nói một **cách** khác, phương cách hay nhất để vị thầy giữ cho học trò mình khỏi bị tai nạn là quay nhìn lại bên trong và chú ý đến sự thăng bằng của chính ông. Và điều ấy cũng rất đúng với nhiều vấn đề khác trong cuộc đời ta.

Ví dụ mà đức Phật kể cũng có thể áp dụng với những vấn đề khác, như là ảnh hưởng của cha mẹ đối với con cái. Như chúng ta biết, những bậc cha mẹ có thể giảng thuyết huyên thuyên cho con **cái** nghe thế nào là đúng hay sai, cái gì là nên làm và không nên làm, nên nói và không nên nói... nhưng không có gì ảnh hưởng đến sự phát triển tâm tánh của trẻ bằng **cách** sống và tấm gương của chính những bậc cha mẹ.

Chỉ khi nào **các bậc** cha mẹ biết giữ cho cảm xúc của **chính** mình được quân bình và có một **nếp** sống đạo đức thăng bằng thì con **cái** mới có thể tập đứng vững vàng trên đôi vai của họ và hiểu được những lời dạy bảo.

Điều này cũng có thể được áp dụng cho những mối quan hệ **khác như giữa** bác sĩ và bệnh nhân, thầy và trò, chánh trị gia và người dân, tác giả và người đọc... Mà thật ra nó đúng cho bất cứ mối tương quan nào trên cuộc đời này. Phẩm chất của một sự tương quan được sâu sắc và vững vàng hơn khi mỗi bên biết tự săn sóc chính mình, và điều này lại rất quan trọng khi bên này cần nương tựa và tin cậy vào sự vững chãi của bên kia.

Sự sống tự nó là một hành động giữ thăng bằng. Mỗi chúng ta đang đi trên một **thân** tre cao, cố gắng giữ thăng bằng giữa những cơn gió lay động, đong đưa của cuộc đời. Giữ cho mình được an toàn đã là một chuyện khó, đừng nói chi đến việc còn phải lo cho những ai đang đứng trên vai của mình! Chánh niệm là một phương tiện giúp ta thực hiện được việc ấy: quay lại nhìn vào bên trong, giữ thăng bằng và an trú nơi một điểm trọng tâm tĩnh lặng làm gốc rễ quân bình cho tất cả. Phẩm chất của năng lượng chánh niệm trong giờ phút hiện tại - **thân** tre mà chúng ta đang đứng - có thể là yên tĩnh, vững vàng, và bất động. Lúc ấy, sự an toàn của ta và những người nương tựa vào ta sẽ vô cùng bảo đảm. Và ngược lại thì cho dù ta có trách móc, phê bình hay chỉ trích kẻ khác bao nhiêu, **điều đó** cũng sẽ không khôi phục lại cho ta một sự quân bình nào hết.

Cũng có thể có người hiểu lầm và cho rằng sự thực tập này là ích kỷ. Nhưng nói như vậy là ta quên rằng đức Phật cũng có nhấn mạnh về sự liên hệ mật thiết giữa ta và người khác. Người thầy cố gắng giữ sự thăng bằng của mình là vì muốn bảo vệ cho người học trò của chính mình. Lúc đầu, ông ta đề nghị rằng mình sẽ lo cho sự thăng bằng của người học trò, đó là một biểu hiện của tình thương, nhưng tình thương ấy phải được soi sáng bằng tuệ giác. Cũng như một người đang bị lún sâu trong **bùn** lầy thì làm sao có thể giúp được ai khác nữa?

Anh ta phải tự mình thoát ra và đứng trên mặt đất vững chắc trước đã. (Đây cũng là một ví dụ khác trong tạng kinh Pali.)

Khả năng giúp đỡ người khác của ta hoàn toàn tùy thuộc vào sự vững vàng và quân bình của chính mình. Cũng như khi ta đi phi cơ, người tiếp viên hàng không lúc nào cũng nhắc nhở ta rằng, trong trường hợp khẩn cấp, ta phải mang mặt nạ dưỡng khí vào cho mình trước nhất rồi mới bắt đầu giúp cho kẻ khác.

Khi ta hộ trì cho chính ta là ta đang hộ trì cho người khác.

Khi ta hộ trì cho người khác là ta đang hộ trì cho chính ta.

Này các thầy, thế nào là trong khi hộ trì cho mình ta hộ trì người khác?

Bằng cách thực tập chánh niệm và làm cho nó được tăng trưởng.

Và thế nào là trong khi hộ trì cho người khác là ta hộ trì cho mình?

Bằng cách nhẫn nhịn, bất hại và tình thương.

(Kinh Tương Ưng Bộ 47.19)

Bạn có nhận thấy ranh giới giữa mình và người khác đã biến mất không? Khi ta nhẫn nhịn và có tình thương đối với người khác là ta đang ban rải tâm từ đến chính mình. Thật vậy, giúp đỡ người khác là một phương pháp nhiệm mầu nhất để săn sóc cho hạnh phúc của chính ta, cũng như khi ta gây hại cho người khác là một cách gián tiếp gây hại cho chính mình.

Theo giáo lý của đức Phật thì mọi hành động - *karma* - của ta đều dựa trên tác ý của mình, nó không chỉ ảnh hưởng đến thế giới "bên ngoài" mà còn tác động đến chính con người và tâm tánh của ta. Những gì ta nghĩ, ta nói, ta làm sẽ định hướng và làm thành con người của mình, và rồi ta lại tạo dựng và ảnh hưởng đến thế giới chung quanh qua những phẩm chất ý thức và sự hiểu biết sâu sắc của chính ta.

Thật ra, theo tôi hiểu bài kinh này, thì ta không cần thiết và cũng không thể nào nói được rằng, cái ranh giới giữa trong và ngoài nó bắt đầu ở nơi nào và chấm dứt ở nơi đâu.

Như vậy thì đâu là phương cách hay nhất để ta bảo vệ con em mình, chăm sóc cho vợ hay chồng mình, đóng góp cho cộng đồng chung quanh, và ban rải tâm từ đến cuộc đời này? Quay lại nhìn vào bên trong một cách cẩn trọng và thường xuyên, và giữ một thăng bằng. Tất cả đều tùy thuộc vào sự thực tập chánh niệm ấy của ta.

Andrew Olendzki

An tĩnh trước cơn giận

Trong chương *Sakka* của Tương Ưng Bộ kinh, Samyutta Nikaya (11.4), đức Phật có dạy bằng cách kể những dụ ngôn, như ngài vẫn thường làm. Và lời dạy trong bài kinh này vẫn còn rất xác đáng và thích ứng với thế giới ngày nay, như đã **từng thích ứng** với **xã hội Ấn Độ xa xưa hơn hai ngàn năm trăm năm trước**.

Dụ ngôn này đề cập đến vấn đề một người **có sức mạnh** nên làm gì khi bị hạ nhục, tấn công hoặc khiêu khích bởi một người yếu kém hơn mình. Tôi nghĩ lời dạy này cũng có thể ứng dụng được trong những trường hợp khi một quốc gia hùng mạnh bị những quốc gia nhỏ bé hơn mình khiêu khích, hoặc khi ta đứng trước sự đe dọa của những kẻ bất lương.

Đức Phật đưa ra dụ ngôn về một trận chiến giữa chư Thiên và loài A-tu-la. Trận chiến này xảy ra rất khốc liệt. Cuối cùng, chư Thiên thắng trận và loài A-tu-la bị đánh bại. Vua A-tu-la là Vepacitti bị bắt trói hai tay, hai chân và cổ, rồi dẫn đến trước vua của chư thiên là Sakka.

Trong kinh kể, Vepacitti đã "*nhiếc mắng, mạ lị Thiên vương với những lời thô ác và độc ngữ*". Dù vậy Thiên vương Sakka vẫn bình tĩnh và vẫn đối xử với tù nhân của mình bằng một tâm từ trong chánh niệm.

Khi ấy, người đánh xe của Sakka là Matali chứng kiến cảnh ấy, ông cảm thấy khó hiểu trước hành động của chủ mình, và một cuộc tranh luận đã diễn ra. Xin mời các bạn lắng nghe sự trao đổi giữa hai người:

Matali:

> *Này Thiên chủ Sakka,*
> *Có phải là ông sợ,*

Hay vì ông yếu hèn,
  Nên mới phải kham nhẫn,
  Khi ông nghe ác ngữ,
  Từ Vepacitti?

Sakka:

  Không phải vì sợ hãi,
  Không phải vì yếu hèn,
  Mà ta phải kham nhẫn,
  Với Vepacitti.
  Vì một kẻ trí như ta,
  Lại liên hệ với người ngu?

Matali:

  Nếu không người đối trị,
  Kẻ ngu càng nổi điên,
  Kẻ trí trị người ngu.
  Phải biết dùng hình phạt,

Sakka:

  Nhưng theo như ta nghĩ,
  Cách đối trị người ngu:
  Biết kẻ khác phẫn nộ,
  Ta niệm tâm an tịnh.

Matali:

  Hỡi Thiên chủ Sakka,
  Sự kham nhẫn như vậy,
  Tôi thấy là sai lầm,
  Khi kẻ ngu nghĩ rằng:
  "Vì sợ ta, nó nhẫn"
  Kẻ ngu càng hăng tiết,
  Như bò thấy người chạy,
  Càng hung hăng đuổi dài.

Sakka:

Hãy để họ suy nghĩ,
Như ý họ mong muốn,
Nghĩ rằng, ta kham nhẫn,
Vì ta sợ hãi họ.
Trong tư lợi tối thượng,
Không gì hơn kham nhẫn.
Người đầy đủ sức mạnh,
Chịu nhẫn người yếu kém,
Nhẫn ấy gọi tối thượng,
Thường nhẫn kẻ yếu hèn.
Sức mạnh của kẻ ngu,
Được xem là sức mạnh,
Thời sức mạnh kẻ mạnh,
Lại được gọi yếu hèn.
Người mạnh hộ trì pháp,
Không nói lời phản ứng,

Cuộc tranh luận ấy đã nêu lên rõ được hai khuôn mẫu trái nghịch của con người, và cũng là hai phương cách khác nhau để ứng phó với sự khiêu khích của kẻ khác. Đường lối của Matali là sử dụng sức mạnh và quyền năng của mình để kềm chế và trừng phạt kẻ khác. Làm khác hơn thế chỉ có nghĩa là dấu hiệu của sự sợ hãi và yếu hèn. Và Matali lý luận rằng, nếu như đối thủ cảm nhận được **sự sợ hãi và yếu hèn của mình thì** điều ấy sẽ **chỉ** làm cho họ trở nên hung dữ và gan lì hơn mà thôi.

Sakka có một cái nhìn rộng lớn hơn. Cái thấy của Ngài được đặt trên nền tảng của tuệ giác, kiên nhẫn và an tĩnh. Trong bài kệ đầu tiên, Sakka chỉ cho thấy rằng thái độ nhẫn nhịn của Ngài là sự biểu lộ của một cái biết. Biết rõ rằng lòng sân hận và thù ghét là có gốc rễ từ một cái thấy sai lầm, cũng như ý thức được ảnh hưởng tai hại của chúng trên tâm thức của chính mình khi để chúng tự do bộc lộ. Sakka đã nhìn thấy rõ được gốc rễ cơn giận của Vepacitti và những hậu quả tai hại của nó. Và một khi ta đã hiểu rõ được điều này, liệu ta có thể để cho mình bị mất bình tĩnh và bị lôi cuốn vào một cơn giận tương tự như vậy không? Một con bò khôn ngoan không bao giờ chạy đuổi theo khi có chiếc khăn choàng đỏ nào đó phất vẫy.

Tự do nghĩa là có khả năng chọn lựa phản ứng của ta trước một việc xảy ra. Khi tuệ giác của ta chưa được phát triển đúng mức, nó có thể dễ dàng bị lu mờ trước những khiêu khích của kẻ khác. Và trong những trường hợp ấy, thật ra ta cũng đâu có khác gì hơn những loài thú hay một người máy đâu! Nếu như không có một khoảng cách không gian giữa lời sỉ nhục làm tác nhân và phản ứng tức thì có điều kiện của ta - sự nổi giận - thì thật sự là chúng ta đang nằm dưới sự kiểm soát của kẻ khác. Chánh niệm sẽ giúp ta có được khoảng cách không gian ấy, và khi tuệ giác có mặt nó sẽ mang lại cho ta một khả năng phản ứng bằng sự kham nhẫn và nhu hòa. Và vấn đề ở đây không phải là ta đè nén cơn giận của mình, vì thật ra cơn giận ấy không hề khởi lên bao giờ!

Trong bài kệ thứ hai, Sakka cũng chia sẻ thêm rằng khi ta tiếp nhận cơn giận của người nào đó mà không chống đẩy ngược lại, thì cuối cùng cơn giận ấy sẽ kiệt sức. Tôi nghĩ trong chúng ta ai cũng từng có kinh nghiệm này: sự đối chọi qua lại chỉ tiếp thêm nhiên liệu cho ngọn lửa sân hận được bùng cháy mạnh hơn và làm tăng thêm sức tàn phá của nó mà thôi. Và việc này dễ dàng xảy ra khi ta có một ý niệm cứng rắn về cái tôi, cái *ngã* của mình - khi ta cảm thấy có một người nào đó bị hạ nhục và tổn thương, hoặc có người nào đó cần phải phản ứng chống trả lại.

Và một lần nữa Sakka nhắc nhở rằng, cách hay nhất là ta phải ý thức, "biết" được cơn giận của kẻ khác, chứ không phải xem thường hoặc làm ngơ nó đi. Nhưng cái biết ấy cần phải được đi kèm theo với hai yếu tố chánh niệm (sati) và tĩnh lặng (upasama), vì chúng có khả năng làm vơi đi và tiêu tán năng lực của sân hận. Nếu như không có ai ở đó để tiếp nhận một cơn giận trao đến, như một người có được tuệ giác về vô ngã, cơn giận ấy sẽ không có nơi nào để nương tựa, nó sẽ không thể nào tìm được một chỗ đứng.

Trong bài kệ cuối Sakka nhắc lại thêm về sự quan trọng của đức kham nhẫn (khanti) và những giá trị lợi lạc của nó. Theo lời Phật dạy, mỗi chúng ta lúc nào cũng đang tự xây dựng cho mình một thế giới riêng gồm những kinh nghiệm cá nhân, trong mỗi giây mỗi phút, khi thân và tâm ta tiếp xúc và thâu nhận các dữ kiện qua những giác quan. Phẩm chất tác ý của ta biểu lộ trong lãnh vực kinh nghiệm này vô cùng quan trọng, vì nó xác định con người của ta ngay lúc này và định hướng cho con người của ta trong tương lai.

Như đối với trường hợp của Sakka, những lời lẽ và quan điểm của Vepacitti không hề động chạm gì được đến Ngài. Hạnh phúc của Sakka được bảo vệ và nuôi dưỡng bằng sự kham nhẫn và an tịnh trong suốt thời gian Vepacitti phóng ra những lời thô độc và ác ngữ **hướng về** Ngài.

Và thái độ đáng phục đó cũng có gốc rễ từ một tâm từ. Như trong bài kệ cuối đã nói lên rõ điều này, an tĩnh trước một cơn giận của kẻ khác cũng được thúc đẩy bởi sự quan tâm của ta đối với hạnh phúc của người kia, cũng như cho chính mình.

Sân hận là một độc tố rất nguy hiểm, khi ta giúp người kia buông bỏ được cơn giận bằng cách không phản ứng đối chọi, đó cũng là một tâm từ muốn giúp chữa lành vết thương cho họ.

Và đối với chúng ta thì cần phải hành xử như thế nào trong đời sống hằng ngày, cá nhân hay cộng đồng, để có thể ứng dụng được tuệ giác về kham nhẫn? Ta hãy lắng nghe những lời chia sẻ sau đây của Sakka:

Bị mắng nhiếc, mắng lại,
Ác hại nặng nề hơn.
Bị mắng, không mắng lại,
Được chiến thắng hai lần.
Sống lợi ích cả hai,
Lợi mình và lợi người,
Biết kẻ khác tức giận,
Giữ niệm, tâm an tịnh,
Là y sĩ cho cả hai,
Chữa mình và chữa người,
Ai nghĩ họ là ngu,
Là không hiểu Chánh pháp.

Andrew Olendzki

Chỉ trong một chớp mắt

Từ khổ đau đến chấm dứt khổ đau cách nhau bao xa? Khoảng cách ấy ta có thể vượt qua chỉ trong một chớp mắt. Đó là lời Phật dạy trong kinh Tu Tập Căn (Indriyabhavana Sutta), bài kinh cuối của Trung Bộ Kinh, số 152.

Trong một trao đổi với một người Bà-la-môn tên Uttara, đức Phật mở đầu bằng sự diễn tả một kinh nghiệm chung của tất cả mọi người:

Khi một người mắt thấy... tai nghe... mũi ngửi... lưỡi nếm... thân xúc chạm... hoặc ý suy nghĩ, trong họ sẽ có khởi lên khả ý, bất khả ý, hoặc cả hai khả ý và bất khả ý.

Và có lẽ chúng ta ai cũng đều nhận thấy được việc ấy. Mỗi khi ta tiếp xúc với cuộc sống chung quanh qua những giác quan của mình, lúc nào những kinh nghiệm ấy cũng đi kèm theo với một tâm điệu: dễ chịu, khó chịu, hoặc đôi khi là dửng dưng. Mà bản chất con người của chúng ta được tạo dựng như vậy: cảm thọ là một thực chất của tất cả mọi kinh nghiệm.

Nhưng có một điều là khi đáp ứng lại với cảm thọ này, và cùng khởi lên với nó, đối với những kinh nghiệm vui sướng thì tự nhiên ta cảm thấy hài lòng (khả ý), và gặp những kinh nghiệm đau đớn thì ta cảm thấy không hài lòng (bất khả ý). Và có những trường hợp, cùng một lúc, một kinh nghiệm lại có thể làm ta hài lòng cách này, mà cũng không hài lòng theo cách khác. Chúng ta được tiến hóa từ động vật cho nên trong ta đã nhiễm rất sâu những tập quán và phản ứng lúc nào cũng muốn đi tìm cái vui và lánh xa cái khổ. Và vấn đề của chúng ta nằm ngay ở điểm này.

Chắc chắn là cũng nhờ vào những bản năng sơ đẳng ấy mà chúng ta còn sinh tồn cho đến ngày nay, để phát triển thêm những chức năng khác cao hơn trong bộ óc của mình. Nhưng khoa học ngày nay càng chứng minh cho thấy rằng, những bản năng ấy đã trở thành lỗi thời và đôi khi còn là một trở ngại cho hạnh phúc của ta nữa. Một trong những tuệ giác lớn của Phật là, cái động cơ ham muốn thúc đẩy chúng ta nắm bắt cái này và xua đuổi cái kia ấy lại chính là nguồn gốc của khổ đau!

Mà việc đó cũng tự nhiên thôi, vì bản chất cuộc đời là vậy: khổ đau luôn có mặt. Nếu vậy thì ta có thể làm gì để chuyển hóa được những khổ đau ấy chăng? Và cũng như mọi loài động vật khác, chúng ta cũng được phú thác cho những đức tính bẩm sinh khác như là rộng rãi, thương yêu, dễ thương và hợp tác, chúng giúp ta đối trị và nhiều khi vượt thắng những bản năng ích kỷ thấp kém kia. Quan trọng hơn nữa, chúng ta còn phát triển được thêm phần não thùy trái trước trán (*prefrontal cortex*), nó cho ta những chức năng như là tự quan sát, tự quán chiếu và chánh niệm. Và đức Phật cũng đã khuyến khích chúng ta nên biết tận dụng những chức năng này. Trong kinh ngài dạy tiếp:

"Vị ấy thấy rõ như sau: 'Khả ý này khởi lên nơi ta, bất khả ý này khởi lên nơi ta, khả ý và bất khả ý này khởi lên nơi ta.'"

Sự ghi nhận ấy mới nghe qua có vẻ rất tầm thường và không có gì đặc biệt, nhưng đó là một bước tiến rất lớn lao. Khi chúng ta biết mang ánh sáng ý thức ấy quay trở vào nội tâm mình, nó sẽ soi sáng tất cả những góc cạnh tăm tối trong tâm thức ta. Khi ta thấy được những gì khởi lên và qua đi trong tâm và thân trong mỗi giây phút, điều đó sẽ giúp cho những kinh nghiệm của ta trở thành một cái gì cụ thể và dễ hiểu chứ không còn là những bí mật, vô hình, hoàn toàn bị điều kiện bởi phần vô thức. Và ý thức chánh niệm ấy tạo một nền tảng tiên quyết, cần thiết để ta bước tiếp một bước chuyển hóa nữa, như theo lời Phật dạy, là thấy được tự tánh của hiện tượng:

"Cái này khởi lên, vì là hữu vi cho nên còn thô. Nhưng cái này là an tịnh, cái này là thù diệu, tức là sự buông xả và an tĩnh."

Cho nên, dầu cho cái khởi lên là khả ý, bất khả ý hay khả ý và bất khả ý, tất cả đều sẽ đoạn diệt, chỉ có sự buông xả và an tĩnh là tồn tại.

Nhìn dưới con mắt tuệ giác của đạo Phật thì tất cả mọi kinh nghiệm của chúng ta đều bị chi phối bởi luật nhân quả. *"Bất khả ý"* khởi lên thật ra chỉ là một trạng thái của ác cảm, nó siết chặt lại chung quanh một cảm thọ khó chịu cùng khởi lên khi ta tiếp xúc với một đối tượng nào đó của giác quan. Thật ra, thái độ ấy chỉ là **kết** quả của tánh khí ta, tự chúng không gì khác hơn là những tập quán, thói quen phản ứng mà ta đã huân tập **qua** nhiều đời khi ứng phó với cuộc đời.

Và tuệ giác ấy sẽ mang lại cho ta một sự giải thoát ngay tức khắc. Tâm ta sẽ không còn bị trói buộc bởi ước muốn nắm bắt những gì "khả ý" và xua đuổi những gì là "bất khả ý." Khi ta hiểu rằng, cảm xúc khởi lên là một chuyện và phản ứng thương ghét của ta đối với nó lại là một chuyện hoàn toàn khác hẳn, sợi dây liên kết nhân quả sẽ bị phá tung và tiếp theo đó là một giây phút giải thoát hoàn toàn.

Trong giây phút đó ta có thể chọn lựa cho mình một **cách** phản ứng khác. Những khả ý và bất khả ý đã từng mang lại khổ đau có thể được thay thế bằng một cái gì lớn lao hơn, có khả năng dung chứa được hạnh phúc lẫn khổ đau mà không cần phản ứng. An tĩnh nhưng vẫn rất gần gũi với cảm xúc của mình, chúng ta an trú trong giờ phút hiện tại với một nụ cười hàm tiếu của Phật trên môi.

Điều này có thể nghe như một lý tưởng rất xa vời, nhưng

đức Phật dạy rằng lúc nào nó cũng có mặt ngay bây giờ và ở đây:

"Như một người có mắt, sau khi mở mắt, lại nhắm mắt lại, hay sau khi nhắm mắt, lại mở mắt ra; cũng vậy, đó là tốc độ, đó là sự mau chóng, đó là sự dễ dàng đối với cái gì đã khởi lên, khả ý, bất khả ý hay khả ý và bất khả ý, (tất cả) đều đoạn diệt, và chỉ có sự an tĩnh tồn tại mà thôi."

Đức Phật nói nghe thật đơn giản làm sao. Chúng ta chỉ cần chuyển đổi thái độ của mình một chút xíu thôi, đơn giản là buông bỏ những thương ghét của mình một chút, cởi mở ra và thật sự tiếp xúc với giây phút này, thay vì là với một kỳ vọng nào đó. Với chánh niệm đầy đủ, hành trình từ khổ đau đến hạnh phúc sẽ xảy ra *chỉ trong một chớp mắt*.

Andrew Olendzki

Những sợi dây cột mở trói

Bạn hãy tưởng tượng việc gì sẽ xảy ra nếu bạn lấy sáu sợi dây thừng, và cột mỗi sợi dây vào sáu con thú: một con rắn, một con cá sấu, một con chim, một con chó, một con lang (*jackal*), và một con khỉ. Rồi bạn cột sáu đầu dây kia lại với nhau vào thành một gút lớn và buông ra. Bạn nghĩ việc gì sẽ xảy ra? Mỗi con thú sẽ lôi kéo về một hướng khác nhau, cố gắng chạy trở về nơi chốn quen thuộc của chúng. Con rắn sẽ bò về hang của nó dưới một tảng đá hay thân cây, con cá sấu sẽ cố lôi đi về hướng dòng sông, con chim sẽ bay lên không trung, con chó sẽ chạy về nhà, con lang sẽ phóng về hướng có xác chết, và con khỉ sẽ cố trèo lên cây cao. Bạn có thể tưởng tượng ra được cái quang cảnh ấy chăng?

Đức Phật kể câu chuyện này trong Tương Ưng Bộ Kinh, *Samyutta Nikaya* (35.247), để diễn tả một tâm thức không tu tập, bị sáu giác quan (mắt, tai, mũi, lưỡi, thân và ý) lôi kéo theo các phạm vi nắm bắt quen thuộc và thói quen của chúng, đi tìm kiếm một thú vui, một cảm giác dễ chịu. Đức Phật nói tình trạng đó cũng giống như chúng ta đang sống với một tâm thức nhỏ hẹp, bị giới hạn và hoàn toàn không có một sự tự do nào hết.

Và Ngài chỉ cho ta một phương cách để giải quyết tình trạng ấy, là hãy đóng một chiếc cọc xuyên qua cái gút chính giữa ấy và giữ nó sâu xuống đất. Nó sẽ giúp ta buộc giữ sáu con thú ấy lại ở yên một chỗ. Chiếc cọc ấy tượng trưng cho chánh niệm ở thân, và đó cũng chính là phương tiện giúp ta đạt đến giải thoát.

Nhưng tại sao lại có thể như vậy được? Chắc chắn là điều ấy sẽ làm đảo lộn cái ý niệm của ta về tự do, về giải thoát, nó nói lên một điều hoàn toàn trái ngược, nếu không muốn nói là rất mâu thuẫn!

Thông thường chúng ta nghĩ rằng tự do có nghĩa là ta có thể làm bất cứ việc gì mình muốn, và nếu như ta bị trói buộc với một cây cột thì không còn một sự giam hãm nào lớn hơn!

Nhưng chúng ta hãy nhìn lại hình ảnh ấy sâu sắc hơn và thử tìm hiểu xem ý của đức Phật là gì.

Mỗi con thú ấy nghĩ rằng, tự do là khi nó có thể đi về nơi nó muốn, nhưng thật ra thì đó vẫn còn là đang bị trói buộc qua nhiều cách. Trước hết là nó đang bị sai xử bởi một bản năng tự động đi tìm thú vui và trốn tránh đau đớn. Kế đến là nó chỉ biết đi tìm sự thoả mãn ở những nơi chốn quen thuộc, theo tập quán và thói quen cũ. Và sau hết, nó chỉ xích lại được gần đến với đối tượng ham muốn của mình, khi nào nó thắng cuộc và lôi được những con thú khác về phía ấy, và cũng chỉ là tạm thời mà thôi. Trong sự tranh chấp đó thì con thú nào rồi cũng bị mệt mỏi, và cuối cùng sẽ bị lôi kéo theo con thú nào là mạnh nhất. Tôi thì sẽ đặt tiền của mình vào con cá sấu!

Sáu giác quan - thân và tâm - của chúng ta bị trói buộc rất mật thiết với nhau, và nó còn chặt chẽ hơn bất cứ một sợi dây thừng hay một cây cột nào, chúng sẽ luôn luôn bị lôi kéo về phía những đối tượng dễ chịu và tránh né những đối tượng nào khó chịu. Dưới cái nhìn của đức Phật thì sự tự do hành xử theo những bản năng thúc đẩy của mình là một thứ tự do hết sức giả tạo, nó được bịa đặt lên bởi một tâm thức rất giới hạn và bị mê mờ. Việc ấy cũng giống như ta bảo một người ghiền thuốc rằng anh ta có thể dừng hút nếu anh muốn, hay nói với người tù bị nhốt trên một hải đảo rằng anh ta có tự do đi lại bất cứ nơi nào anh muốn trên hải đảo này.

Sự thực tập chánh niệm sẽ giúp mang lại cho ta những câu thúc cần thiết để vượt thắng được những lôi kéo của ham muốn trên các giác quan. Như mỗi khi chúng ta ghi nhận được tâm mình đang thơ thẩn say sưa theo một chuỗi tư tưởng nào đó, hay khi ta ghi nhận được một sự thôi thúc nơi thân muốn nhúc nhích để được thoải mái hơn, chúng ta chỉ cần nhẹ nhàng buông bỏ những thúc đẩy đó, và trở về với sự thực tập chánh niệm của mình.

Chúng ta cứ tiếp tục thực tập như vậy hết lần này sang lần khác, cho đến khi nào tâm ta trở nên hoàn toàn bằng lòng với giây phút hiện tại, với những gì đang thật sự có mặt bây giờ và ở đây, với những kinh nghiệm của mình, thay vì là chạy theo một đối tượng kích thích nào đó. Và một khi tâm ta lắng yên xuống nó sẽ trở nên có năng lượng, và vì vậy mà nó cũng có quyền **năng** hơn.

Câu chuyện của đức Phật được kết thúc bằng một hình ảnh thật đẹp, với sáu con thú cùng nằm xuống yên ổn bên nhau, không còn lôi kéo nhau, không còn mong muốn một cái gì xa xôi khác nữa. Cũng tương tự như thế, khi sự **giằng** co giữa những ham muốn và ghét bỏ đã lắng yên xuống, khi những sự hăng hái và lười biếng trong ta quân bình nhau, và khi những nghi ngờ được tạm thời để sang một bên, tâm ta sẽ có khả năng tiếp nhận một cách cởi mở hơn, và với một sự tự do rộng lớn hơn. Khi các giác quan của ta không còn vất vả để cố đạt được những hình thái dễ chịu, và cũng không còn đuổi xô những hình thái khó chịu, tâm ta sẽ có thể thấy được rõ ràng những gì đang thật sự sanh lên và diệt đi.

Và trong trạng thái ấy tâm ta sẽ trở nên vô biên, không giới hạn. Với tuệ giác, nó có thể kinh nghiệm được một sự tự do rất rộng lớn. Sự tự do ấy không phải là vì ta có thể làm theo những gì mình ưa thích hoặc tránh né những gì mình ghét bỏ, mà là vì ta có khả năng hoàn toàn thoát ra khỏi vòng kềm toả của sự thương ghét, và có thể nhìn sâu sắc vào những kinh nghiệm đang có mặt, **đúng** như chúng thật sự đang hiện hữu. Và ta sẽ khám phá ra rằng, những gì (*what*) chúng ta tiếp nhận, như là thấy, nghe, nếm, ngửi, xúc chạm, hoặc suy nghĩ, thật ra không quan trọng bằng cách (*how*) ta tiếp nhận chúng.

Chúng ta thường nghĩ rằng, tự do có nghĩa là được làm những gì mình muốn. Nhưng đối với đức Phật thì tự do có nghĩa là không còn bị chế ngự bởi sự tham muốn nữa. Chúng ta cho rằng cây cột là một chướng ngại và tự do là khả năng đeo đuổi và đạt được những đối tượng ưa thích của mình. Nhưng ngược lại, đức Phật d**ạy rằng** sự đeo đuổi những thú vui giác quan ấy là những chướng ngại, và cây cột chánh niệm chính là biểu tượng cho sự giải thoát ra khỏi những trói buộc ấy.

Quả thật đó là một cái nhìn rất mới mẻ, nhưng có lẽ Ngài muốn chỉ cho chúng ta một con đường mới đáng để cho ta tìm hiểu thêm. Có lẽ sự tự do trong nội tâm mới thật sự có giá trị cao tột hơn là cái tự do ở bên ngoài!

Andrew Olendzki

Một thanh gươm hoàn hảo

Khi tôi còn là một tu sĩ trẻ, có một phương pháp thiền tập rất phổ biến ở Thái Lan là niệm Phật thầm trong tâm, "*buddho*". Tôi cũng cố gắng thực hành theo một thời gian, nhưng cảm thấy chữ *buddho* ấy không gắn bó với mình như một chữ khác tôi tự chọn là "*bình an*".

Và rồi tôi thực tập sử dụng chữ "bình an" ấy như một câu thần chú. Trong khi ngồi, tôi niệm thầm trong tâm "bình an", tôi cảm nhận được sự vang dội của nó trong tâm hồn mình "*bình an, bình an, bình an*". Trong khi đi thiền hành, với mỗi bước chân tôi niệm thầm "*bình an*". Trong khi làm việc, đi khất thực, ngồi ăn, hay ngay cả giữa lúc đang nói chuyện, tôi thấy rằng mỗi khi mình đem tâm trở về và niệm thầm "*bình an*" thì mọi việc tự nhiên trở nên rất tĩnh lặng và quân bình. Tôi ý thức rằng trong cuộc sống hằng ngày mình rất cần điều ấy, và câu "*thần chú*" ấy luôn nhắc nhở tôi.

Trước khi tôi đến thiền viện *Wat Pah Nanchat* trong rừng sâu của ngài *Ajahn Cha*, dành riêng cho người ngoại quốc nói tiếng Anh, tôi đã tham dự những khóa thiền tập dài hạn ở Thái Lan và phương pháp của tôi thiên về thiền quán *Vipassana*. Họ nói với tôi rằng: "Thầy muốn thực hành thiền định, *samatha*, cũng được, nhưng theo chúng tôi thì chỉ phí thì giờ vô ích thôi. Thầy có thể cảm thấy an lạc hơn, hạnh phúc hơn, nhưng rồi sẽ bị dính mắc vào đó, và rồi mình cũng chẳng sáng suốt thêm hay có được một tuệ giác nào hết. Thiền quán, *vipassana*, là tinh hoa của tuệ giác, đó là con đường duy nhất đưa ta đến giải thoát." Tôi đáp: "Như thế thì tuyệt quá!" Và rồi mang hết công sức của mình ra thực tập.

Nhưng khi vào đến thiền viện *Wat Pah Nanchat*, tôi chợt hiểu rằng: "Thật ra bây giờ tôi đang rất cần một sự an tĩnh!" Và đối với ngài *Ajahn Cha* thì không hề có sự tách rời hay phân biệt giữa thiền định, *samatha*, và thiền quán, *vipassana*.

Tôi nhớ hình như thầy *Ajahn Buddhadasa* là người đã cho một ví dụ rất hay, so sánh thiền định và thiền quán với một lưỡi dao. Thầy ví dụ người tu cũng giống như là một người phải đi băng ngang qua một khu rừng rậm dày đặc. Nhưng anh ta đâu cần phải đốn chặt hết cả khu rừng ấy! Anh chỉ cần dọn cho mình một lối đi nhỏ xuyên qua khu rừng ấy, để sang đến bên kia. Và dụng cụ mà anh có thể sử dụng để thực hiện được điều ấy là thiền tập. Nhưng nếu muốn có hiệu quả thì phải có hai yếu tố là sức nặng và sự sắc bén. Nếu như ta băng ngang qua khu rừng với một lưỡi dao cạo, thì dầu có sắc bén đến đâu chắc chắn ta cũng sẽ thất bại. Và nếu như ta có một thanh mã tấu lớn nhưng cùn lụt thì kết quả cũng sẽ chẳng được là bao. Nhưng khi ta phối hợp hai yếu tố ấy lại với nhau, sự sắc bén và sức nặng của thanh kiếm, và với một công phu đều đặn có phương pháp rõ rệt, ta chắc chắn sẽ vượt xuyên qua khu rừng và sang đến bên kia, bằng từng bước một, từng thanh cây một, từng dây leo một...

Đó là một ví dụ rất hay về thiền định và thiền quán. *Vipassana*, thiền quán, chính là sự sắc bén, sự sáng suốt của tâm thức, biết quán chiếu sâu sắc, và *samatha*, thiền định, chính là sức nặng của thanh gươm, nó là năng lượng và sức mạnh ở phía sau mỗi nhát dao, giúp cho mỗi bước chân của ta được chắc chắn và vững vàng.

Ajahn Chandako

Một câu hỏi đúng

Có lần, một người du sĩ tên là *Vacchagotta* đến gặp Phật và hỏi: "Bạch Đức Thế Tôn, sau khi chết một người đã giác ngộ và giải thoát sẽ đi về đâu?" Nhưng dù cho anh ta có cố đặt câu hỏi cách nào đi chăng nữa, đức Phật vẫn giải thích rằng câu hỏi của anh không đúng vì không thích hợp.

Sau cùng, đức Phật bảo anh ta: "Này *Vaccha*, hãy nhặt những que củi nhỏ quanh đây và nhóm lửa lên." Anh ta nhặt các que củi lại và đốt lửa. Đức Phật lại nói: "Hãy bỏ thêm củi vào!" Anh ta làm theo lời Phật dạy.

Đức Phật hỏi: "Thế nào rồi?" *Vacchagotta* đáp: "Dạ, lửa cháy rất tốt." Đức Phật lại bảo: "Thôi đừng bỏ thêm củi vào nữa." Sau đó đám lửa lụi tàn dần.

Đức Phật hỏi: "Thế nào rồi?" "Dạ, đám lửa đã tàn." Đức Phật hỏi: "Nếu bây giờ có người hỏi anh rằng ngọn lửa tắt rồi đi về ngã nào? Hướng đông hay hướng tây, nam hay bắc? Đi tới trước hay phía sau? Trái hay phải? Lên hay xuống? Vaccha sẽ giải đáp thế nào?"

- "Câu hỏi đặt như thế không đúng, thưa Ngài, bởi vì lửa cháy do nhiên liệu, cỏ và cây khô. Khi nhiên liệu hết, không còn gì nuôi ngọn lửa nữa, ta nói rằng ngọn lửa tắt." *Vacchagotta* đáp.

- Cũng đúng như vậy, đó cũng là điều sẽ xảy ra cho người đã giải thoát sau khi mất. Cũng giống như ta bứng gốc một cây kè và không còn gì có thể đâm chồi lên nữa, nó chết hẳn."

Và đức Phật kết luận: "Này *Vaccha*, người ấy đã vứt bỏ được cái gọi là thân này rồi, không thể đo lường được, thật siêu việt, mênh mông như biển lớn. Nói rằng vị ấy tái sanh là không đúng. Nói rằng vị ấy không tái sanh cũng không đúng. Mà nói rằng vị ấy không tái sanh cũng không không tái sanh cũng không đúng."

Nghe những lời ấy xong, *Vacchagotta* cảm thấy vô cùng hạnh phúc. Anh nói những lời Phật dạy như một ngọn đuốc soi sáng một căn phòng tối, và anh nguyện sẽ nương tựa vào tuệ giác ấy suốt cuộc đời mình.

Đó là ngày xưa. Còn bây giờ là ngày nay. Nhưng điều ngạc nhiên là cả hai cũng không có gì là khác biệt nhau lắm. Câu trả lời ta tiếp nhận từ giáo pháp của đức Phật, bao giờ cũng hoàn toàn tương xứng và rất phù hợp với sự sâu sắc của câu hỏi mà ta đặt ra. Trong một chuyến đi sang Anh giảng dạy vào năm 1976 **của** vị thiền sư Thái lan *Ajahn Chah*, khi chuyến đi sắp sửa chấm dứt, ngài hỏi đại chúng có mặt: "Quý vị còn có những câu hỏi chót nào không? Có vấn đề gì mà quý vị vẫn chưa thấy hài lòng chăng?"

"Dạ có," một người phụ nữ đáp. "Tôi đã được nghe những giáo lý này trong nhiều năm qua, nhưng chưa bao giờ tôi nghe một câu trả lời nào thoả đáng cho câu hỏi: "Trạng thái *Niết-bàn* là gì? Chúng ta có còn hiện hữu nữa hay không?"

Có một ngọn nến đang cháy bên cạnh bục ngồi của **ngài** *Ajahn Chah*. Thấm ướt hai ngón tay, Ngài quay sang và bóp tắt ngọn nến. "Bây giờ ngọn nến đã tắt rồi, chúng ta có còn gì để bàn luận thêm về nó không? Nó đã đi đâu, bây giờ nó có hiện hữu ở một nơi nào khác hay không?" Ngài *Ajahn Chah* hỏi.

Và khi người phụ nữ đặt câu hỏi im lặng không trả lời, Ngài nói thêm: "Không! Không có một lời luận bàn nào là thích hợp."

"Câu trả lời của tôi có làm cô hài lòng không?" Ngài hỏi.

"Không!" cô ta đáp.

"Tôi cũng vậy, tôi cũng không hài lòng với câu hỏi của cô."

Clark Strand

Thế giới này không phải của ta

Trong một bài kinh giảng về vô ngã, đức Phật có cho một tỷ dụ như sau:

"Chư tỳ-kheo, các thầy nghĩ thế nào? Trong rừng Jetavana này, nếu có người đi nhặt cỏ, cây, nhành, lá rồi đốt hay làm gì với chúng tùy theo ý họ muốn, các thầy có nghĩ rằng 'Người ấy đi thâu lượm chúng ta, đốt chúng ta hay làm gì với chúng ta tùy theo ý họ muốn chăng?' "Bạch Thế Tôn, không! Vì sao vậy? Vì những vật ấy không phải là tự ngã chúng con, cũng không phải thuộc về ngã của chúng con."

(Trung Bộ Kinh, 22)

Nếu như ngày nay chúng ta nghe tỷ dụ với hình ảnh ấy, thì có lẽ câu trả lời của chúng ta sẽ không hoàn toàn giống y như vậy. Nếu như những nhóm cỏ đó bị thiêu đốt ở khu rừng nhiệt đới *Amazon*, hoặc những nhành cây ấy được thu nhặt và mang đi từ chân núi *Hy mã lạp sơn*, thì tôi tin chắc sẽ có nhiều người rất là bất bình. Tại sao thế? Vì châm ngôn của giới bảo vệ môi sinh ngày nay là: "Trái đất này là một báu vật chung của tất cả chúng ta. Chúng ta phải biết trân quý từng cọng cỏ, săn sóc từng nhành cây, như chúng là những sở hữu thân thiết và quý giá nhất của mình."

Nói một cách khác, chúng ta cần mở rộng và làm lớn cái tôi của mình ra để bao trùm hết trái đất này, từ đó ta mới có thể bảo vệ và nuôi dưỡng nó được. Trái đất này là của tôi, và nếu như có ai đổ xuống những chất thải nguy hại, tôi sẽ vô cùng bất bình và sẽ phản đối như chính mình bị thương tổn vậy.

Nhưng trong giáo pháp, chúng ta nhận thấy nhiều lần đức Phật đã nhắc nhở cho ta thấy sự nguy hại của khuynh hướng đi nhận những gì làm ta và của ta, rồi bảo vệ chúng. Nó sẽ mang lại cho ta thêm khổ đau. Tôi nghĩ, cái ngã là một chiến thuật sai lầm, nó được sanh ra từ vô minh, nuôi dưỡng bởi tham ái, và được tồn tại nhờ vào sự nắm bắt những gì nó ưa thích và cho là "của mình", và xua đuổi những gì nó ghét bỏ hoặc cho là "kẻ khác". Thấy được điều ấy, thì khi ta nói rộng cái tôi của mình ra, có thể ta vô tình tạo nên điều kiện và nhân duyên cho những sự dính mắc và khổ đau to tát hơn chăng?

Không phải tôi nói chúng ta không nên bảo vệ môi sinh, giữ gìn cho những khu rừng già xanh mát khỏi bị tàn phá, nhưng tôi muốn nói ta nên làm với một thái độ nào, điều đó có một ảnh hưởng rất quan trọng. Trong nỗ lực bảo vệ trái đất trước những tàn phá của chính chúng ta, có biết bao nhiêu việc trước mắt cần phải làm và có lẽ sẽ rất là dài lâu. Vì vậy, tốt hơn hết chúng ta nên thực hành với một tuệ giác về vô ngã, hơn là bằng một thái độ *"thế giới này là của tôi"*.

Cũng trong cùng một bản kinh ấy, đức Phật nói: "Vì vậy, này các tỳ-kheo, cái gì không phải của các thầy, các thầy hãy từ bỏ. Từ bỏ chúng sẽ mang lại hạnh phúc, an lạc lâu dài cho các thầy".

Đức Phật có một cái nhìn và tuệ giác rất sâu sắc về bản tánh của con người. Ngài biết rằng, những đức tính thiện lành như là săn sóc, nuôi dưỡng và bảo vệ, sẽ biểu hiện đối với những gì mình ưa thích, những gì là của mình hoặc thuộc về mình. Nhưng chính trong ta cũng biểu lộ những tánh tham, sân, si khi tiếp xúc với những gì ta cho là ta hoặc sở hữu của ta. Cái ngã ấy có thể hữu dụng trong một thời gian ngắn, hoặc với một cái nhìn nhỏ bé. Nhưng cuối cùng thì cái ngã ấy sẽ là nguyên nhân mang lại cho ta khổ đau hơn là những điều tốt lành.

Ta hãy xem lại lịch sử loài người, có biết bao nhiêu ví dụ về những sự việc đã bị tàn phá cũng bởi vì chúng quá được yêu quý!

Nhưng nếu thế giới này không phải là của ta thì nó là của ai? Đức Phật đáp:

Thử hữu cố bỉ hữu,
Thử sanh cố bỉ sanh
Thử vô cố bỉ vô
Thử diệt cố bỉ diệt.

Vì cái này có mà cái kia có
Vì cái này sanh mà cái kia sanh
Nếu cái này không thì cái kia cũng không
Do cái này diệt mà cái kia cũng diệt.

(Kinh Trung Bộ, 115)

Đó là một công thức chung cho luật duyên khởi. Nó giúp ta thấy rõ được mối tương quan, nối liền của mọi hiện tượng, và đó cũng là một khuôn mẫu của vô ngã. Không có cái gì là thuộc về của ai hết. Không có một cái ngã nào để **phải** bảo vệ: Vì cái này khởi sinh cho nên cái kia khởi sinh lên.

Nếu như thế giới này là tôi hay của tôi, và có ai đó đến thiêu đốt một khu rừng, chắc chắn tôi sẽ phản ứng bằng sự tức giận, căm hờn và sẽ tìm cách trả thù. Mặt khác, nếu như tôi có một thái độ vô ngã, tôi vẫn nhận thức được sự bất thiện và hậu quả khổ đau của việc làm ấy. Tôi vẫn có thể làm hết những gì mình có thể làm để thay đổi, ngăn chặn, hoặc trừng phạt người đã gây ra việc làm ấy. Nhưng sự khác biệt là hành động của tôi được hướng dẫn bởi tình thương và tuệ giác, đặt trên nền tảng của một cái nhìn rộng lớn.

Tôi nghĩ đức Phật sẽ đồng ý rằng, một thái độ này là phản ứng khôn khéo hơn thái độ kia. Và nếu ta thấy được tầm quan trọng của vấn đề trước mắt, ta sẽ biết mình đang cần đến tất cả mọi sự khôn khéo trong khả năng của mình.

Andrew Olendzki

Hãy rút mũi gai ra

Trong kinh *Chấp trượng - Attadanda Sutta*, đức Phật có nói đến nỗi sợ và sự bất mãn của Ngài đối với tình trạng của xã hội:

Kẻ ôm ấp bạo động
Sợ hãi được sanh ra,
Nhìn con người tranh chấp nhau,
Ta sẽ nói về nỗi sợ hãi,
Khiến Ta phải rùng mình.

Thấy loài người vùng vẫy,
Như cá trong nước cạn,
Thấy họ kình chống nhau,
- Ta rơi vào sợ hãi.

Hình ảnh ấy - những con cá vùng vẫy trong ao nước cạn - dường như cũng vẫn còn diễn tả được rất chính xác cái tình trạng của chúng ta ngày nay. Trong khi những tài nguyên của trái đất thì mỗi ngày bị hoang phí đi, và số người tiêu dùng thì mỗi lúc lại tăng lên, tình trạng càng bi đát hơn. Ngay trong thời đức Phật dường như hoàn cảnh cũng đã tệ lắm rồi. Đức Phật thừa nhận nỗi "chán ngắt" của Ngài trước hoàn cảnh ấy, nhưng Phật cũng trình bày cho ta thấy con đường giải thoát, qua sự chứng ngộ của Ngài:

Thấy con người xung đột nhau,
Ta cảm thấy chán ngắt,

Nhưng Ta thấy có một mũi gai,
*Khó thấy, **ghim** vào tim.*

Ai bị mũi gai đâm,
Sẽ chạy khắp mọi nơi,
Ai rút mũi gai ra,
Sẽ dừng lại, ngồi xuống.

(Sutta Nipata 935-39)

Tuệ giác quan trọng này giúp ta hiểu rõ được quan điểm của đạo Phật về vấn đề tranh chấp và hòa bình. Xã hội của chúng ta được tạo nên **bởi sự** tổng **hợp tất cả** hành động của mọi cá nhân sống trong đó. Và vì vậy mà nó cũng chính là một phản ảnh của trạng thái tâm thức của mỗi cá nhân. Hạnh phúc trong tâm chúng ta sẽ tạo nên hạnh phúc của thế giới. Và sóng gió trong tâm chúng ta sẽ tạo nên những sóng gió trong cuộc đời. Những hành động nguy hại và tàn độc của con người trong cuộc sống thật ra được bắt nguồn **bởi** một nguyên nhân duy nhất. Nguyên nhân đó là sự tham ái.

Sự tham ái có hai hình tướng: dính mắc và ghét bỏ. Cái thứ nhất sẽ khiến ta đuổi theo và nắm bắt những gì mình ưa thích và giữ chặt lấy chúng. Cái thứ hai khiến ta trốn tránh, chống cự, hoặc tiêu diệt những gì mình không thích.

Sự dính mắc khiến chúng ta tiêu thụ mà không cần biết đến hậu quả, nó xúi **giục** ta chiếm đoạt những gì không thuộc về mình, và lợi dụng kẻ khác cho những lợi lộc cá nhân. Nó cũng là nền tảng của những cá tánh tự cao, tự mãn, lừa lọc, ích kỷ và tham quyền.

Còn sự ghét bỏ thì thúc đẩy chúng ta **tránh** né những gì mình cảm thấy khó chịu, xua đuổi hoặc kỳ thị những người ta không thích, và đánh đổ những gì ta sợ hãi hoặc không hiểu rõ. Nó là nền tảng của những hành động sai lầm như là bạo động, tàn nhẫn, và kỳ thị.

Nhưng chúng ta có thể rút những mũi gai này ra khỏi tim mình. Nó chỉ là một mũi gai, khiến ta như phát điên lên với những nỗi đau và sự sợ hãi, nó thúc đẩy ta làm tổn thương và thù ghét kẻ khác, nó khiến ta không còn tiếp xúc được với bản chất tốt lành của chính mình. Cũng chỉ vì mũi gai ấy.

Cũng giống như con sư tử hung tợn với một mũi gai trong lòng bàn chân, chúng ta cần có một vị lương y nào đó đến để rút mũi gai gây khổ đau ấy ra cho ta. Đức Phật chính là vị lương y đó. Đức Phật đã chẩn bệnh và thấy rằng vấn đề là do ở tham ái - nó đã ăn rất sâu trong tâm khiến ta khó nhận thấy - và phương thuốc của Ngài là ta chỉ cần đơn giản có ý thức về vấn đề của mình.

Phật dạy chúng ta cần áp dụng liều thuốc ấy thường xuyên và bằng những liều lượng thật lớn. Vì năng lượng của tham ái được nằm sâu kín trong phần vô thức của tâm ý, cho nên chúng ta cần phải thực tập mang ý thức sáng tỏ trở về có mặt trong mỗi giây phút hiện tại. Chúng ta chỉ cần thực tập nhìn thấy sự vật cho thật rõ rệt mà thôi, tiến trình chữa lành và hàn gắn vết thương sẽ xảy ra rất tự nhiên.

Để chữa lành những vết thương gây nên do mũi gai tham ái, đức Phật có trao cho ta toa thuốc về thiền tập chánh niệm, tức sự quán sát quá trình sinh diệt của mọi việc xảy ra. Khi ta có thể thật sự thấy rõ được những gì đang xảy ra trong ta, tuệ giác sẽ dần phát sinh. Nguyên tắc thực tập này rất đơn giản, nhưng nó đòi hỏi một công phu lớn.

Cũng vậy, muốn chữa lành vết thương của thế giới này, tôi thấy ta cũng có thể sử dụng cùng một toa thuốc ấy. Phương pháp để chúng ta có thể mang một chánh niệm cộng đồng soi chiếu lên trên một kinh nghiệm hay vết thương chung nào đó là chúng ta hãy làm chứng nhân và chia sẻ những gì chúng ta nhận thấy với những người khác.

Khi những nguyên nhân buồn đau trong ta được phơi bày

thì vết thương của mình cũng sẽ bắt đầu được chữa lành. Và cũng thế, khi những bất công và tàn nhẫn trong xã hội được phơi bày, không còn bị che đậy, chúng sẽ có một ảnh hưởng chuyển hóa lớn lao và sâu rộng đến thái độ chung của cộng đồng thế giới.

Theo lời dạy của đức Phật thì thế giới chúng ta được che chở và bảo vệ bởi hai vị thủ hộ, hai năng lực trong tâm lúc nào cũng xem chừng và hướng dẫn hành động thiện lành cho ta.

Vị thủ hộ thứ nhất là *hiri*, **sự hổ thẹn**, hay *tàm*, có liên quan đến lương tâm, lòng tự trọng, **nghĩa là biết hổ thẹn khi làm điều không tốt**. Nó nói về một chức năng trong tâm ta có khả năng phân biệt giữa thiện và bất thiện, đúng và sai, tốt lành và nguy hại. Trong mỗi chúng ta đều có một kim chỉ nam đạo đức, và theo quan điểm của đạo Phật thì nó không phải là nguyên nhân phát sinh ra các tôn giáo, mà các tôn giáo chính là hình thái diễn đạt của nó.

Vị thủ hộ thứ hai là *ottappa*, **sự xấu hổ**, hay *quý*, có liên quan đến một lương tâm xã hội, một cảm nhận đạo đức thuộc văn hóa hay **quy ước cộng đồng**, **khiến ta biết sợ hãi hay xấu hổ khi những việc xấu ác ta làm bị người khác biết được.**

Đạo Phật dạy rằng, bất cứ những việc làm thiện lành nào cũng đều phải có sự nâng đỡ và hướng dẫn bởi hai vị thủ hộ này. Và ngược lại, những hành động bất thiện của ta **đều do thiếu vắng** hoặc xem **nhẹ** hai đức tánh ấy. Vì vậy, khi có một vấn đề sai lầm đáng trách nào xảy ra trong xã hội hay cá nhân, nó cũng có nghĩa là vì ta thiếu ý thức, không có chánh niệm về những việc mình đang làm mà thôi. Nó có nghĩa là ta đang bị những tham muốn, sân hận, hoặc mê mờ che đậy, khiến ta không còn có thể có mặt và tiếp xúc với những việc làm của mình nữa.

Khi ta mang chánh niệm và ý thức sáng tỏ chiếu soi lên

trên vấn đề - với một năng lượng đúng mức, một cường độ đúng mức và với một sự chân thành đúng mức - tự nhiên chúng ta sẽ tránh không làm bất cứ việc gì có thể gây nên khổ đau cho mình và kẻ khác.

Điều tôi trình bày có **vẻ** lý tưởng quá chăng? Tôi không nghĩ vậy. Điều này có gốc rễ rất sâu xa trong một tuệ giác về tự tánh của con người. Bây giờ bạn và tôi, chúng ta hãy bỏ thêm thì giờ trên chiếc toạ cụ chung, *collective zafu*, của chúng mình, và đem ánh **sáng** chánh niệm chiếu soi vào những góc tăm tối của cuộc đời. Chúng ta có thể chuyển hóa hết mọi khổ đau trên thế giới này. Chỉ cần mỗi người chúng ta bắt đầu khởi động tiến trình ấy trong tâm mình mà thôi, và phần còn lại sẽ xảy ra rất tự nhiên.

Andrew Olendzki

Còn cần gì nữa đây?

"Nếu ta thấy có một niềm vui lớn nào phát sinh nhờ sự từ bỏ một niềm vui nhỏ hơn, thì ta nên sẵn sàng buông bỏ niềm vui nhỏ ấy để được cái lớn hơn." *Tỳ-kheo Thanissaro* chia sẻ lời Phật dạy.

Lời dạy ấy dường như nghe thật đơn giản, nhưng có biết bao nhiêu lần, sau những thời gian thực tập, chúng ta lại thấy mình bị rơi trở lại một cuộc sống bị khống chế bởi những đeo đuổi theo các niềm vui vụn vặt? Và nếu như chúng ta chấp nhận lý luận rằng, nếu ta biết tự kềm chế một chút - không để bị dính mắc vào những ham muốn lặt vặt - thì ta sẽ có được một hạnh phúc to tát hơn, và không còn bị khổ đau nữa, thì đáng lẽ ra việc ấy phải được làm rất dễ dàng chứ?

Ta cứ nghĩ là vậy! Nhưng nói thì bao giờ cũng dễ hơn làm. Nói đến vấn đề tự kềm chế thì tôi có thể đem trường hợp của mình ra ví dụ. Sau vài tháng tập thể dục hết sức đều đặn và ăn uống dinh dưỡng hợp lý, tôi tự hỏi là không biết sao mình lại có thể sống theo một lối nào khác hơn. Nhưng chẳng bao lâu thì câu trả lời đã đến với tôi qua hình thức tăng lên một vài cân, và phải mặc quần rộng hơn một chút! Tôi biết là như vậy, nhưng tại sao vấn đề tự kềm chế lại khó khăn đến thế?

Có những lúc trong sự tu tập tôi vẫn giữ theo đúng quy củ, nhưng những triệu chứng thì có chút ít khác biệt: tôi bị lôi kéo từ một *lạc thọ* tạm bợ này sang một *lạc thọ* tạm thời khác, và quên mất cái hạnh phúc rộng lớn mà sự thực tập đều đặn có thể mang lại cho mình. Như mới ngày hôm kia đây, khi sự thực tập của tôi cũng hơi dễ duôi, tôi mở *e-mail* ra đọc thư của một người bạn, mời tôi đến tham dự một ngày thiền tập. Trong thư anh ta có trích dẫn bài kệ hô canh buổi tối:

> *Ngày nay đã qua, đời sống ngắn lại*
> *Hãy nhìn cho kỹ, ta đã làm gì?*
> *Hãy cùng tinh tấn, thiền tập hết lòng*
> *Đừng để tháng ngày trôi đi oan uổng.*

Tôi nhún vai. Và trong ngày hôm ấy tôi có ngồi thiền không? Lẽ dĩ nhiên là không! Như vậy thì tôi còn chờ một sự thúc đẩy nào nữa đây?

Tôi có thể viện dẫn nhiều lý do cho sự bất nhất của mình, chẳng hạn như là năm điều chướng ngại trong sự tu tập mà thường được các kinh điển đề cập đến: tham muốn, sân hận, lười biếng, bất an và nghi ngờ. Bất cứ hôm nào tôi cũng có thể chọn và viện dẫn đại một trong năm lý do đó, nhưng trong tuần ấy thì cái chướng ngại rõ ràng nhất của tôi là sự nghi ngờ. Tôi tự hỏi, con đường tu tập này có mang tôi đến đâu không? Vấn đề giác ngộ có thật sự là chuyện có thể được chăng?

Chắc chắn là có, nhà tâm lý học của đại học *Havard*, *Jack Engler*, sẽ trả lời như vậy. Ông *Engler* đã thực tập thiền với ngài *Anagarika Munindra* và bà *Dipa Ma* vào đầu thập niên 70, và **điều đó** đã in sâu vào ông một niềm tin vững chắc vào sự giác ngộ mà cho đến hôm nay vẫn không hề lay chuyển. Trong khi đa số những vị thầy Á châu khác khuyên các thiền sinh Tây phương của mình khoan vội, hãy **hoãn** sự giác ngộ của mình lại vào một kiếp khác, thì ngài *Munindra* và bà *Dipa Ma* không hề dạy như thế. Thay vì vậy, hai vị ấy còn nhấn mạnh rằng vấn đề giác ngộ là chuyện có thật, và ta có thể chứng nghiệm ngay bây giờ và ở đây, ngay trong kiếp sống này.

Cuộc đời của hai vị đó đáng lẽ phải đủ mang lại cho tôi một niềm tin lớn, và phá tan đi bất cứ nghi ngờ nào tôi đang có. Nhưng dù vậy, sự chống đối trong tôi vẫn không chịu lắng nghe. Tôi tự hỏi, nó còn cần đến cái gì đây?

Một **ngày** mùa đông, tôi ngồi trong một thiền đường lạnh

cóng, trong một khóa thiền mười ngày. Trong giờ tham vấn buổi tối có một thiền sinh đặt câu hỏi: "Tôi phải làm gì khi có một tư tưởng dễ chịu khởi lên và rồi tâm tôi bị thả lỏng và chạy theo nó?"

"Chỉ cần theo dõi tư tưởng ấy phát sinh lên và rồi qua đi," vị thầy trả lời.

"Nhưng nếu tôi không thể tự kềm chế được và bị nó lôi cuốn theo thì sao?" Cô ta nhất quyết. "Thầy có thể cho tôi một lời khuyên nào hay hơn không?"

Tiếp theo đó là một sự im lặng ngắn, trong khi vị thầy thu thập lại ý nghĩ của mình. Với một giọng hơi có chút bực mình, cuối cùng ông đáp: "Được chứ, tôi có lời khuyên khác hay hơn. Có những lúc mà cô phải mạnh dạn lên và tự bảo với chính mình" - và ông nói lớn - "Thôi dẹp đi!" (*Just cut it out!*)

Mọi người đều phá lên cười trong giây phút tỉnh thức chung ấy. Dường như chúng tôi chợt thấy và hiểu được cái giá trị, niềm vui và sự tự do mà sự tự chủ có thể mang lại, và công năng khai phóng khổ đau của nó nữa. Không có lời bào chữa nào, kể lể nào, và chắc chắn là không có một nỗi nghi ngờ nào có thể so sánh được với nó. Và cũng như lời khuyên của các vị thầy tôi, ngay chính lúc ta trở về với chính mình, là lúc mà sự tu tập của ta được mạnh mẽ nhất.

James Shaheen

II. KINH NGHIỆM THIỀN TẬP

Có gì nhiệm mầu trong giây phút hiện tại?

"Giữ chánh niệm." "Sống trong giây phút hiện tại." "Chú ý đơn thuần." Trên con đường tu học, chắc chúng ta đều có nghe về những lời khuyên này. Và nếu bạn có kinh nghiệm về thực tập thiền quán, những câu ấy là một tiếng chuông nhắc nhở chúng ta từ sáng đến khuya, rằng ta có thể tìm thấy tất cả những gì là chân thật ngay trong giờ phút hiện tại này.

Nhưng rồi có một ngày, bạn ngồi thiền, cố gắng theo dõi hơi thở lên xuống nơi bụng, hay một tư tưởng, hoặc một cơn đau, và thấy tất cả sao dường như rất buồn thảm. Đột nhiên có một câu hỏi khởi lên trong tâm, "Giây phút hiện tại này có gì là nhiệm mầu đâu?"

Loanh quanh tự tìm cho mình một câu trả lời, bạn nghĩ có lẽ vì giây phút hiện tại này giúp ta thấy được những cái đẹp mà mình có thể vô tình bỏ qua (mặc dù trong giây phút này thì tôi chẳng thấy có gì là đẹp cả), hoặc là ta có thể được giác ngộ (mà tôi cũng chẳng hiểu đó là gì), hay chỉ đơn giản là ta được an lạc và hạnh phúc hơn. Bạn cũng không biết rõ là nếu ta biết sống trong giây phút hiện tại thì những việc ấy sẽ xảy ra bằng cách nào! Nhưng bạn vẫn nghĩ rằng, nếu ta có thể giữ cho tâm mình được có mặt trong giờ phút hiện tại thì mọi việc sẽ trở nên tốt đẹp hơn. Nhưng tốt đẹp hơn **như thế** nào? Thì sẽ là... tốt đẹp hơn, hạnh phúc hơn.

Tội nghiệp! Mặc dù chúng ta rất thành thạo về sự thực tập chánh niệm, nhưng đôi khi ta cũng không rõ ràng lắm khi tìm lý do tại sao giây phút hiện tại này lại là nhiệm mầu. Nhưng chúng ta cũng không nên làm lơ hoặc bằng lòng với một câu trả lời mơ hồ. Tôi nghĩ, chúng ta cần nhìn cho sâu vào câu hỏi ấy, vì nếu như ta không hiểu rõ về giây phút hiện tại này, thì ta cũng sẽ dễ bỏ dở sự thực tập của mình, khi kinh nghiệm xảy ra khác với những gì mình mơ tưởng.

Mười bốn năm trước đây, trong khóa tu đầu tiên với sư *Achan Sobin Namto*, chính câu hỏi ấy đã khởi lên rất mạnh trong tôi. Lúc ấy tôi là một thiền sinh mới, trong tuần lễ đầu tiên của một khóa tu kéo dài ba tháng rưỡi. Sư *Achan Sobin* là một thiền sư người Thái, có hơn ba mươi năm kinh nghiệm hướng dẫn thiền tập.

"Cô thấy thế nào?" ông hỏi tôi. Ông vừa mới chấm dứt thời tụng kinh của mình. Trên bàn thờ ba ngọn nhang tỏa sáng trong một căn phòng lu tối. Mặc dù ông có nhiều tâm từ, nhưng những phiền não vẫn phủ trùm xuống tôi như một tấm áo choàng. "Con đang có nhiều nghi ngờ" tôi đáp.

Nhưng không phải tôi ngờ vực về khả năng của mình, hay là giáo pháp, hoặc là phương pháp thực tập. Nhưng chính là cái kinh nghiệm về một sự trống trải và lạnh lẽo khi tôi có mặt trong giây phút hiện tại. Cái giây phút hiện tại này có thực sự đáng để cho ta có mặt không?

Dường như *Achan* hiểu ý tôi: "Giây phút hiện tại này chẳng có gì hay ho cả, phải không?" Ông hỏi rồi phá lên cười to cho đến khi chảy cả nước mắt. Rõ ràng đây là một trò đùa mà ông cảm thấy rất vui nhộn, nhưng đối với tôi thì chẳng thấy có gì tức cười cả. Ông vui vì thấy tôi đang đi theo đúng đường. Tôi bắt đầu thấy điều mà tất cả mọi thiền sinh đều phải thấy: *Sự thật nhiệm mầu thứ nhất* là mỗi giây phút, mỗi *sát-na* của *danh* (mind) và *sắc* (matter) đều là *bất toại nguyện* (dukkha).

Dẫu vậy, câu trả lời của Sư cũng khiến cho tôi giật mình. Vì tôi đã từng được đọc rằng, khi ta đặt hết tâm ý của mình vào giây phút hiện tại này, có phải là ta sẽ nhìn thấy được những vẻ đẹp mà mình có thể vì vô ý bỏ qua chăng? Có phải mùi vị trái mận sẽ ngon ngọt hơn chăng? Có phải ta sẽ thấy được những cành khô đong đưa tỏa sáng in hình trên một khung trời mùa đông không còn mờ xám như trước? Nhưng bây giờ thì ông đã xác nhận rằng, giây phút hiện tại này không phải thật như tôi vẫn hằng tưởng. Tôi thở dài. Thế thì trái mận sẽ không trở nên ngọt ngào hơn. Giây phút hiện tại, thật ra lại không nhiệm mầu chút nào hết!

Huyền thoại về giây phút hiện tại

Trong **nhà** thiền có truyền cho nhau một huyền thoại: Khi chánh niệm của ta càng sâu sắc bao nhiêu, ta sẽ càng có khả năng nhìn thấy cái đẹp trong những **sự** vật bình thường nhất bấy nhiêu. Với một tâm "chú ý đơn thuần", thì ngay cả bọt xà phòng trong nước rửa bát - khi những bọt bong bóng lấp lánh trong nắng - cũng là một thực tại tỏa sáng nhiệm mầu. Đó chỉ là một huyền thoại.

Mà sự thật là ngược lại như thế. Thật ra, khi ta càng có chánh niệm bao nhiêu thì những đối tượng cảm giác của ta lại càng ít hấp dẫn đi bấy nhiêu. Cho đến một lúc ta sẽ không còn ham muốn chúng nữa.

Sự thật thì khi ta có một định lực mạnh, **điều đó** sẽ làm tăng lên những cảm nhận của ta về màu sắc, âm thanh, mùi vị... Nhưng nếu chỉ có định lực thôi thì ta không thể **đạt** đến tuệ giác hay giác ngộ. Nếu ta bảo rằng chánh niệm làm cho khung trời mùa đông trở nên đẹp tuyệt vời, hoặc công việc rửa chén trở thành một bài tập mầu nhiệm, theo tôi nghĩ thì đó lại là một thách thức đối với *Sự thật nhiệm mầu thứ nhất*.

Huyền thoại này có mặt là do một sự hiểu lầm về vai trò của chánh niệm. Chánh niệm được kèm theo một nhận thức sáng tỏ, khác với một cái thấy biết bình thường. Thay vì chỉ nhìn thấy rõ rệt hơn những đặc điểm thông thường của một đối tượng, chánh niệm còn vượt xa hơn, và thấy được những điểm rất cá biệt - những đặc tính chung của mọi vật, dù tốt hay xấu. Đó là ba đặc tính về *vô thường, bất toại nguyện* và *vô ngã*. Với chánh niệm, ta thấy được tất cả mọi hiện tượng tâm lý và vật lý khởi lên rồi đều sẽ qua đi. Có nghĩa là ta không thể sửa đổi cũng không thể nắm giữ chúng được. Những đặc tính ấy mang lại cho ta một sự bất toại nguyện. Vậy thì, khi ta càng có chánh niệm bao nhiêu thì yếu tố *bất toại nguyện, dukkha,* lại càng trở nên rõ rệt bấy nhiêu.

Nhưng khi tôi ngồi đó với *Achan Sobin,* nhìn những điểm sáng của ba nén nhang, tôi cảm thấy một cảm giác mơ hồ về một điều gì đó mà tôi vẫn chưa xác định được. Có ai đó đang đùa giỡn với cuộc đời này chăng? Điều trớ trêu là tôi tập thiền vì muốn giải thoát khỏi những khổ đau của mình, và bây giờ tôi lại nhận thấy nhiều khổ đau hơn. Mà vị thầy của tôi lại công nhận điều ấy là đúng. Như vậy thì ta thực tập chánh niệm để làm gì? Tại sao ta phải có mặt trong giây phút hiện tại này?

Nhưng câu trả lời chắc chắn không phải là ta nên từ bỏ sự thực tập chánh niệm. Đối với tôi, *Achan* là một người thong dong nhất, tự tại nhất mà tôi biết. Và tôi muốn mình cũng được như ông. Tôi theo học và thực tập những phương cách nào đã mang lại cho ông được sự an lạc đó.

Giây phút hiện tại làm bằng những gì?

Ta cần tháo mở cái nút thắt *Gordian Knot*. Và tại sao chúng ta lại không chịu khó kiên nhẫn tháo mở nó bằng cách gỡ ra từng sợi một? Một nhà khoa học trước nhất có thể sẽ phân tách chất liệu của nó, và trong trường hợp của chúng ta đó chính là giây phút hiện tại này.

Vì vậy, chúng ta có thể bắt đầu bằng cách đặt câu hỏi: Giây phút hiện tại này được làm thành bởi những yếu tố gì? Trong Phật giáo có một hệ thống tâm lý học gọi là *Vi Diệu Pháp,*

Abhidhamma. Theo Vi Diệu Pháp thì những kinh nghiệm hằng ngày của ta có thể được chia cắt thành những đơn vị rất nhỏ gọi là *sát-na* tâm (*mind-moment*). Chúng là những đơn vị nhỏ nhất của tâm thức, là những vi lượng (*quark*) của thế giới tâm thức.

Mỗi *sát-na* tâm gồm có hai phần: tâm thức và một đối tượng. Có nghĩa nó không phải là một cái bàn, một đóa hoa... mà chỉ là một đối tượng của tâm thức. Tâm thức lúc nào cũng luôn có ý thức về một cái gì. Khi có một mảng trời xanh hiện vào vùng tâm thức, một tia chớp của **nhãn thức** nhận thấy được màu sắc ấy. Khi có một mùi hương nào thoáng qua theo làn gió, một **tia** chớp của *tỷ thức* nhận được mùi thơm ấy. Chỉ có tâm thức và đối tượng, và chỉ vậy thôi. Cuộc sống của ta chỉ là một chuỗi tâm thức, mà ta liên tục ý thức được sắc màu, mùi, vị, âm thanh và những cảm giác tiếp nối nhau không ngừng nghỉ. Ngoài tiến trình này, không còn gì khác nữa xảy ra.

Như vậy thì những đối tượng ấy, tự chúng là gì? Chúng có tất cả sáu loại: âm thanh, màu sắc, mùi, vị, xúc chạm và đối tượng **của ý** thức. Tâm thức của ta tiếp xúc với những đối tượng này qua những "*cánh cửa*" giác quan khác nhau. Ví dụ, ta tiếp xúc với màu sắc qua "*cánh cửa*" đôi mắt. Những đối tượng **của ý** thức thì được tiếp xúc trực tiếp qua "*cánh cửa*" ý thức. Chúng gồm cả tư tưởng, ý niệm, cảm xúc và tình cảm.

Tất cả những gì chúng ta nhận biết chỉ có thể nằm trong sáu loại đối tượng này mà thôi. Cho dù cuộc sống của ta có phiêu lưu, mạo hiểm hoặc táo bạo đến đâu, ta vẫn không thể có một kinh nghiệm gì khác hơn ngoài sáu **loại đối tượng** ấy. Và vì tâm và đối tượng tâm thức là những đơn vị cơ bản nhất của sự sống, nên không còn gì khác hơn có thể có mặt trong giây phút hiện tại này.

Hiểu được điều ấy rồi, ta có thể đặt câu hỏi kế tiếp là:

Những thành phần ấy tự chúng có là thú vị và đáng ưa thích không? Chúng ta thường nghĩ rằng hình ảnh, mùi vị và âm thanh... có thể rất kỳ diệu. Và theo cảm nhận thông thường thì chúng thật sự là vậy. Ta thích thưởng thức một mùi vị trà thơm hoặc một cảnh hoàng hôn ửng đỏ buông xuống trên đồi núi. Nhưng niềm vui ấy có pha lẫn một chút gì ảo tưởng. Sở dĩ chúng ta cho rằng những cảm xúc của giác quan là vui thích vì ta chưa nhìn thấy được thực tánh của chúng.

Ta hãy lấy ví dụ về mặt trời hoàng hôn: Việc gì xảy ra khi ta nhìn thấy nó? Thật ra thì ta không hề thấy nó! Khi mắt ta tiếp xúc với một sắc tướng, chúng ta chỉ thấy màu sắc, chứ không phải là một vật có không gian ba chiều. Thật ra, màu sắc ấy, cùng với tâm thức nhận biết nó, diệt mất đi ngay trong cùng một *sát-na* ấy, nhưng ta không hề ý thức được điều đó. Tại sao thế? Bởi vì ảo tưởng của ta làm mờ nhạt đi biên giới giữa hai *sát-na* ấy, và khiến ta có cảm tưởng như đó là một kinh nghiệm nối liền. Sau khi màu sắc được tiếp nhận, *sát-na* tâm thức kế tiếp gợi lại hình ảnh ấy từ ký ức và đặt tên cho đó là "*hoàng hôn*". Cả tiến trình ấy chỉ xảy ra trong một khoảnh khắc thời gian chớp nhoáng. Tuy vậy, khi ta vừa đặt tên cho nó thì hình ảnh ban đầu cũng đã qua mất rồi. "*Hoàng hôn*" là một ý niệm của tâm thức, chứ không phải do đôi mắt ta nhận biết. Và rồi chúng ta lại đi nhận sản phẩm được tạo dựng bởi tâm thức này như là một thực tại cố định. Nếu như không có chánh niệm, chúng ta sẽ không bao giờ có thể thấy được sự chuyển biến rất nhanh lẹ này, cũng giống như khi ta cố gắng tách biệt hai khung ảnh trong một cuốn phim đang chiếu trên màn ảnh vậy.

Khám phá này mang lại cho ta một sự thất vọng, cũng như khi ta biết ra rằng chuỗi ngọc quý giá mà mình đang mang là một loại đồ giả. Đức Phật dạy: "Chư hành vô thường." (*Sabbe sankhara anicca.*) Tất cả mọi hình tướng đều thay đổi, và vì vậy mà chúng sẽ mang đến cho ta sự thất vọng, ngay cả những gì mà ta thấy dường như rất tuyệt vời. Mà đức Phật cũng không hề chú thích hoặc nói nhỏ thêm rằng: "Xuyt! Nhưng cũng có một vài hình tướng rất là nhiệm mầu."

Giây phút hiện tại nhiệm mầu

Và bây giờ, nếu như tất cả những hình tướng đều sẽ mang lại sự bất toại nguyện thì những gì làm nên giây phút hiện tại này cũng sẽ như vậy. Nhưng rồi ta cũng có thể đặt thêm một câu hỏi tiếp là, nếu giây phút hiện tại này không nhiệm mầu, thì ta có mặt với nó để làm gì?

Ta nên nhớ rằng có sự khác biệt giữa hai cách diễn đạt *"Giây phút hiện tại này thật nhiệm mầu"* và *"Thật nhiệm mầu khi ta có mặt trong giây phút hiện tại này"*. Đây không phải là một lối chơi chữ. Câu thứ nhất, *"Giây phút hiện tại này thật nhiệm mầu"*, có ý nói rằng, những cảm giác thuần tuý xảy ra trong giây phút hiện tại tự chúng có chút tính chất kỳ diệu. Và, câu thứ nhì, *"Thật nhiệm mầu khi ta có mặt trong giây phút hiện tại,"* nói rằng, khi ta có mặt trong giây phút hiện tại, là ta có khả năng thoát ra khỏi những phiền não do sự nắm bắt vào những cảm giác ấy.

Thật ra, đức Phật có trình bày rất rõ về lý do chúng ta cần thực tập chánh niệm: để nhận diện và loại trừ đi nguyên nhân của khổ đau. Nguyên nhân ấy chính là sự tham ái. Khi nguyên nhân ấy vắng mặt thì khổ đau sẽ không thể sinh lên. Và khi ấy, trong kinh viết, ta sẽ kinh nghiệm được một loại hạnh phúc mà không có chút tì vết gì của sự lo âu. Nhưng không phải bởi vì hình sắc và âm thanh quanh ta đột nhiên trở nên trường cửu, kỳ diệu và là của ta. Mà thật ra là những cảm nhận ấy tạm thời chấm dứt và tâm thức ta tiếp xúc được với một đối tượng rất siêu phàm gọi là *"niết-bàn"*, một yếu tố không còn bị điều kiện chi phối. Và mặc dù đó là một đối tượng của tâm thức, nhưng *niết-bàn*, trạng thái an lạc cao tột nhất, không **phải** là một *hành* (*formation*). Nó là *vô hành* và *bất biến*.

Vì vậy, giây phút hiện tại nhiệm mầu là vì chỉ có trong chính giây phút này, ta mới có thể chứng nghiệm được *niết-bàn* - hoàn toàn giải thoát ra khỏi mọi khổ đau.

Không có một nơi nào đức Phật lại chủ trương thực tập chánh niệm với mục đích để ta có thể vui hưởng làn nước xà phòng ấm, hoặc thấy được một bình trà bằng đồng sáng chói... Mà ngược lại, Ngài còn gọi đó là mê vọng (*vipallasa*) khi ta chấp những gì là không thường và cho đó là có giá trị và tốt đẹp.

Nhưng những cảm nhận ở cảm giác có thể là vui thích được không? Có chứ, nhưng sự vui thích ấy không phải là một nguồn hạnh phúc bất tận **như** chúng ta vẫn hằng tưởng. Trong cuộc sống hằng ngày, chúng ta thường chấp vào những cảm giác tốt đẹp, cho rằng chúng vững chắc và tương đối lâu dài, trong khi thật ra chúng chỉ là những rung động không bền và tan rã **ngay** khi mới vừa hình thành. Cũng giống như loại kẹo bông gòn tan ra ngay trước khi ta kịp cắn răng vào, những thú vui ấy không bền vững đủ để duy trì cho ta một niềm hạnh phúc.

Nhưng vì sự mê hoặc che đậy lý vô thường nên chúng ta phản ứng lại bằng những sự nắm bắt và xua đuổi. Và chính hành động níu kéo đó làm tâm ta bất an. Bạn có để ý thấy rằng sự ước ao, mong đợi bao giờ cũng tạo nên trong ta một nỗi đau không? Và hơn nữa, sự khát khao ấy là hoàn toàn vô ích. Vì dù có cố nắm bắt bao nhiêu đi chăng nữa, ta cũng không thể kéo dài thêm niềm vui ấy, cho dù chỉ trong một *sát-na*. Và những cảm giác khó chịu cũng giống y như vậy, chúng cũng sẽ qua đi trong giây phút. Nhưng khi ta chống cự lại, nỗi đau sẽ tăng lên gấp đôi. **Điều** này cũng giống như khi ta cố gắng lấy một cây gai trong chân ra bằng cách dùng một cây gai thứ hai đâm vào da thịt mình. Nếu ta có thể buông bỏ được, tâm ta sẽ không phải chịu khổ đau.

Đức Phật khám phá ra rằng một tâm hạnh phúc nhất là tâm không bị dính mắc. Đây là một niềm hạnh phúc rất sâu sắc, khác hẳn với những gì chúng ta vẫn thường biết. Khi có người hỏi, làm sao ta có thể tìm thấy niềm hỷ lạc ở *niết-bàn* khi nơi ấy không còn có sắc tướng hay âm thanh đẹp đẽ gì nữa, ngài *Xá-lợi-phất* đáp: "Không có cảm xúc tự chính nó là hạnh phúc." Ý ngài nói rằng, không có một thú vui nào có thể so sánh được với niềm hỷ lạc này.

Trong kinh ghi:

"Những gì người đời cho là hạnh phúc, bậc giác ngộ cho là khổ đau..."

(*Dvayatanupassana Sutta.*)

Và đây không phải là một quan điểm mới, mà nó chính là một thực tại tuyệt đối.

Mặc dù mới nghe thì có **vẻ** như rất mâu thuẫn, nhưng ta chỉ có thể tìm thấy một hạnh phúc chân thật, khi trước hết ta hiểu được rằng giây phút hiện tại của thân và tâm là bất toại nguyện. Bằng một tiến trình qua những tầng lớp của tuệ giác mà ta có thể dần dà buông bỏ được hết mọi dính mắc, nguyên nhân của những phiền não. Khi ta thấy rõ được sự vô thường của những cảm giác ở thân và tâm, **điều đó** sẽ phá tan hết những ảo mộng, và từ đó những dính mắc của ta sẽ hoàn toàn tắt ngấm. Và ngay lúc đó, một chân hạnh phúc sẽ tự nhiên hiển lộ.

Nhưng nếu ta cứ bận rộn đi tìm kiếm thêm những cái đẹp trong **âm** thanh và **hình** sắc thì làm sao ta có thể nhìn thấy rõ chân tướng của chúng được?

Hạnh phúc của Niết-bàn

Hãy tưởng tượng rằng ta và một số người bạn đang mắc kẹt trong một căn nhà bị bốc cháy. Những thanh gỗ cháy nối tiếp nhau rơi xuống từ trần nhà. Có phải tốt nhất là chúng ta cần ý thức được tình trạng hiểm nguy và cùng giúp nhau thoát ra, hay ta cứ đứng đấy mà tìm những cái hay đẹp của nó: "Xem kìa, cũng đâu đến nỗi nào đâu. Ngọn lửa hồng có màu tím hoa cà trông đẹp làm sao..."?

Cũng vậy, tôi nghĩ chúng ta cần có chánh niệm để nhìn rõ được *dukkha* trong giây phút hiện tại, bởi vì nó là chiếc cầu thang duy nhất dẫn ta thoát ra khỏi căn nhà lửa ấy. Căn nhà ấy chính là *khandha*, tức *năm uẩn* của ta là *sắc, thọ, tưởng, hành* và *thức*. Tôi biết có nhiều người không thích chấp nhận quan điểm này. Nhưng không lẽ tốt hơn hết là ta nhún vai làm lơ việc ấy, và cứ để mặc mình rơi trở lại xuống cầu thang hay sao? Không công nhận sự nguy hiểm là một điều rất nguy hại. Thấy được nó, ta sẽ tìm được một lối thoát.

Nhưng không phải chúng ta đối diện với khổ đau bằng một thái độ bi quan. Người Phật tử nhận diện khổ đau để chuyển hóa nó, chứ không phải để bị chìm đắm trong đó. May mắn thay, đức Phật có chỉ cho ta một con đường giải thoát, *Bát chánh đạo*, và cuối con đường ấy chắc chắn sẽ là *Niết-bàn*. Ai mà chẳng mừng vui khi biết rằng ta có thể có được một hạnh phúc thuần túy không tì vết? Nhưng chỉ vì tầm nhắm của chúng ta còn quá thấp đi mà thôi.

Thực tập chánh niệm sẽ dẫn ta đến hạnh phúc. Nhưng không phải vì nhờ ta nhìn thấy rõ được cái hay đẹp của những cảnh vật trong giây phút hiện tại này - như là hình sắc, âm thanh, mùi vị... Mặc dù huyền thoại thì vậy, nhưng sự chú ý đơn thuần không hề phơi bày cho ta thấy một thực chất sáng chói nào hết, vì thật ra không có một hiện tượng nào là có thực chất.

Khi bản chất của các hiện tượng tự chúng là bất toại nguyện, thì ta có thể nào hy vọng chế biến chúng thành hạnh phúc được chăng? Việc ấy cũng giống như ta đi dệt một tấm thảm trắng từ những sợi len màu đen vậy. Vì vậy, tôi nghĩ cách hay nhất là ta nên chấp nhận rằng thực tập chánh niệm sẽ không làm trái mận ngọt ngào hơn, hay bình trà màu đồng sáng tươi hơn. Nhưng khi ta có chánh niệm, ta sẽ bớt quan tâm **đến** vấn đề ngọt ngào hay sự sáng chói. Khi chúng ta có một hạnh phúc lớn lao hơn, những thú vui nho nhỏ sẽ không còn là quan trọng. Và đây không phải là một thái độ lạnh lùng và dửng dưng, mà là một sự giải thoát thật sự. Khi chúng ta không còn dính mắc nữa, ta sẽ không cần một âm thanh, hình sắc hoặc sự xúc chạm nào để mang lại cho mình hạnh phúc.

Ta có thể chưa hiểu được, nhưng khi ta nếm được mùi vị của sự tự tại này rồi, ta sẽ trân quý nó hơn bất cứ một niềm vui nào khác có thể **nghĩ** tưởng đến - cho dù đó là mùi hương của một loài hoa quý, những nốt nhạc trầm bổng của *Chopin*, hay ánh trăng huyền diệu... Chúng ta vẫn có thể kinh nghiệm được những hạnh phúc này, và những thú vui khác. Nhưng ta sẽ không cố nắm giữ lại khi chúng ra đi, ta không có sự khổ đau của mất mát.

Và bây giờ là câu hỏi khó nhất: Chúng ta có thật sự muốn giải thoát ra khỏi vòng khổ đau này hay không? Nếu vậy thì ta hãy thực tập chánh niệm. Nhưng không phải là để nhìn thấy **vẻ** đẹp không thật của những bọt xà phòng, mà đúng theo ý của đức Phật, là thấy được sự dính mắc của mình, cho đến khi nào ta nếm được quả trái chân thật là *Niết-bàn*. Và như các bậc đi trước đã nhiều lần nói với ta: Khi đối tượng tâm thức của ta là *Niết-bàn*, giây phút hiện tại này sẽ đẹp tuyệt vời.

Cynthia Thatcher

Cài từng nút một

Khi cơ thể tôi mới bắt đầu bị khập khiễng vì chứng bệnh thấp khớp (*rheumatoid arthritis*), tâm tôi hoàn toàn bị chiếm ngự bởi những cơn đau, nỗi sợ hãi, và sự thất vọng không dứt. Không còn khả năng đi đứng bình thường, không có đủ sức để nhấc ống **nghe** điện thoại, tôi đắng cay nghĩ lại thời gian qua, mình đã phí biết bao nhiêu thì giờ để cố đi tìm một hạnh phúc lâu dài. Hơn 7 năm trời, với cả ngàn giờ ngồi thiền, và có lẽ ít nhất cũng là 30 lần nhập thất, tôi đã ngồi yên trên toạ cụ gắng tìm một sự giác ngộ, mà chỉ mong để rồi một ngày nào đó có thể đối diện với một hoàn cảnh như thế này thôi - nhưng tất cả đều là vô ích!

Nhưng thật ra tôi đã nghĩ sai! Sự thực tập của **ta** không hề thất bại! Sau vài tháng đối diện với căn bệnh, tôi mới thật sự hiểu được điều ấy!

Trước hết, tuy phải gánh chịu những cơn đau và sự tàn phá của căn bệnh, nhưng thân tôi vẫn rất an ổn. Mặc dù bị cơn đau **bào mòn** và hoành hành, nhưng trong mỗi giây phút tôi vẫn có thể hoàn toàn buông thả hết cho cái thực tại về thể chất của mình. Và tôi khám phá ra rằng, thật ra thực tại này không phải chỉ có cái đau đó mà thôi. Bất cứ một nơi nào tôi nhìn cũng đều có những kinh nghiệm khác ngoài cái đau ấy, chúng đang có mặt và chờ được nhận diện: kia là tay đang cong vào, này là hơi thở ra, có ánh nắng ấm trên mặt, kia là sự thiêu đốt, đây là một sự siết chặt... Và những kinh nghiệm ấy đều rất tươi mới và vô cùng kỳ diệu.

Những năm tháng công phu thiền tập đã giúp tôi có khả năng cởi mở được với nhiều loại kinh nghiệm khác nhau mà không phải cái nào cũng đều là dễ chịu. Nếu trong giây phút này tôi ngồi đây và có ý thức về mười việc khác nhau - cảm giác đang ngồi trên ghế, có tiếng xe chạy ngoài đường, nghĩ tới quần áo chưa giặt, tiếng máy lạnh chạy êm êm, một cái đau nhói nơi đầu gối, hơi thở vào mát nơi mũi, hơi thở ra ấm áp - và vì trong đó có một cái đau, nên kinh nghiệm về cái đau ấy sẽ lấn áp hết tất cả những kinh nghiệm khác.

Nhưng nếu như tôi ý thức một trăm việc, mười điều vừa kể cộng thêm với những cảm giác sâu sắc và tinh tế hơn - như là cảm nhận về sự có mặt của những người khác cùng đang ngồi im lặng với nhau, bóng của chiếc đèn treo in trên vách, cảm giác của mái tóc chạm vào vành tai, sự xúc chạm của quần áo trên da người - thì cái đau ấy chỉ là một trong nhiều yếu tố khác trong tâm thức mà thôi. Và cái đau đó, tôi có khả năng đối diện được!

Với một tâm thức rộng mở ấy, tôi thấy sự sống này có một kết cấu rất giàu có và phong phú. Khi tôi đặt một tách trà xuống bàn với một ý thức rõ rệt, cái cảm nhận về sự tiếp chạm giữa tách trà với mặt bàn trở thành một kinh nghiệm kỳ diệu, một hạnh phúc rất trọn vẹn. Rửa chén bát bây giờ không phải chỉ là để cho có bát sạch, mà còn là một cảm nhận về làn nước nóng ấm áp vuốt ve, xoa dịu những ngón tay đau nhức của tôi. Trong khi sắp quần áo, tôi có thể ngửi được mùi thơm sạch của những chiếc áo mới, và đắm chìm trong những cử động gấp xếp đơn sơ, một việc làm tuy đơn giản nhưng rất nhiệm mầu trong đời sống phức tạp của tôi.

Đối với những người thường xuyên sống trong cơn đau như tôi, tiếp xúc được với tuệ giác này là một hạnh phúc lớn. Khi chúng ta không còn gì nữa để nương tựa, ta cần phải tìm hạnh phúc và sự an ổn trong những điều rất bình thường của cuộc sống hằng ngày. Mà thật ra, khi ta nhìn sâu sắc thì chúng không tầm thường như ta nghĩ, chúng là lý do mà ta vẫn còn muốn có mặt trên cuộc đời này! Ta thấy sự vô thường cũng rất là kỳ diệu: khi ta thật sự chú ý đến một người, một vật hay một hiện tượng nào đó, ta sẽ ghi nhận được tính chất đặc thù và cá biệt của nó. Không có gì là giống y như nhau. Khi ta biết buông bỏ đi những ý niệm của mình, những kinh nghiệm chung quanh ta sẽ không còn là chuyện tầm thường nữa, chúng toả chiếu với tính chất đặc biệt của chúng. Việc ấy không những chỉ biểu hiện trong chiếc lá mùa thu, đóa hoa mùa xuân mà còn trong những lon nước ngọt, trong tách trà, trong chiếc máy *microwave*... Tất cả đang chờ đợi sự ôm ấp của ta.

Giữa một thế giới sinh động đầy dẫy những khác biệt kỳ diệu, tôi cảm thấy mình có đầy sức sống.

Ba mươi năm sau khi bắt đầu bị vật **vã** bởi những cơn đau, tôi không bao giờ bước vào một căn phòng nào mà không chú ý đến những đồ vật nào có thể mang lại sự dễ chịu, nhẹ nhàng, và có thể giúp nâng **đỡ** tôi. Không phải chỉ là chiếc ghế dựa, cái gối, mà còn là ánh nắng ấm chiếu vào từ cửa sổ, chậu hoa làm bằng tay để trên bàn, tiếng máy lạnh chạy êm êm - tất cả những gì mang lại niềm vui cho sự sống của ta. Khi tôi ý thức và tiếp xúc với những đồ vật rất gần gũi - như là chiếc bàn **chải** đánh răng, những chén dĩa, cái muỗng, chiếc xe hơi - tôi cảm nhận được những sự nâng **đỡ** rất thiết thực chung quanh mình, và luôn cả cái phong cách dễ thương và đặc thù riêng của mỗi thứ. Và những ý thức này vẫn có mặt song song với sự cố gắng ngăn **chặn** và chống cự lại nỗi đau của tôi. Nhưng hai con đường ấy không hề cắt ngang hay đối chọi lẫn nhau, cả hai đều cùng có mặt với nhau rất linh động.

Như mỗi khi thay áo tôi gặp rất nhiều khó khăn. Hai vai tôi, **khuỷu** tay và những ngón tay tôi rất vụng về và bị đau nhức vì những động tác kéo, **giãn**, thắt cột... cần thiết mỗi khi mặc áo. Những y phục **với** khoá dán hay băng nhám *velcro* có thể giải quyết được những vấn đề của tôi, nhưng với tôi thì chúng không thể nào chấp nhận được! Tôi chưa bao giờ và cũng sẽ không bao giờ là một người ăn mặc thực tế! Tôi là hạng người mà lúc nào cũng cảm thấy vui sướng trước những chiếc áo đẹp, với nghệ thuật viền áo không cân đối, đường may nổi có thêu hoa, những chiếc áo khoác có vải lót ấm bên trong, những chiếc khăn quàng cổ lụa bay trong gió... Thay vì vội vàng mỗi khi thay đồ và rồi đâm ra bực dọc vì phải vất vả mang vớ, xỏ giày, cài nút áo... tôi biến chúng thành những lễ nghi hằng ngày. Mỗi buổi sáng tôi sắp đặt sẵn những y phục mình sẽ mặc trên một chiếc ghế dài. Tôi ngồi dưới ánh nắng ấm của buổi sáng mai, và mang vào từ cái một, chú ý đến nhiệt độ thay đổi ấm áp trên từng phần của cơ thể khi mặc chúng vào người, thưởng thức những viền may, những nét đẹp, những đường thêu trên áo...

Bây giờ thì mỗi cử động của tôi là một lễ nghi. Nếu chúng ta không thể nhanh nhẹn và hiệu quả như xưa, nếu một việc làm đơn giản như là mặc vào một chiếc áo cũng đòi hỏi sự chú ý và tập trung trọn vẹn, thì ta cũng nên biết tìm thấy sự an lạc trong những hành động tầm thường ấy.

Ngày xưa, tôi không bao giờ biết **rằng** làm việc gì chỉ cho chính việc ấy thôi, mà đó cũng là tinh hoa của thiền tập. Tôi chỉ biết **mải** mê đeo đuổi theo một ý niệm xa xôi nào đó về sự giác ngộ. Nhưng bây giờ thì khác! Tôi có mặt và sống với những cảm xúc rất linh động trong giây phút hiện tại, thấy rõ rằng mỗi giây phút là một nguồn hạnh phúc và niềm an ủi rất sâu xa của chính tôi. Bây giờ, tôi chỉ thích có mặt ở nơi này mà thôi. Tôi không còn xem hoàn cảnh của mình, và những gì xảy ra cho tôi, là một điều gì đặc biệt hay bi đát nữa. Mỗi ngày là một cuộc sống mới! Mỗi ngày tôi mặc áo bằng cách thực tập cài từng chiếc nút một.

Darlene Cohen

Chánh niệm đưa đến giải thoát

Có một người bạn đến thăm tu viện *Sravasti Abbey* và đã làm tặng cho chúng tôi những tấm bảng dùng trong các khóa tu để nhắc nhở các thiền sinh. Ở bàn để nước uống cô viết: "Xin vui lòng lau chỗ nước đổ. Cám ơn sự chánh niệm của bạn." Nơi cửa ra vào, tấm bảng ghi: "Xin vui lòng đóng cửa nhẹ nhàng. Cám ơn sự chánh niệm của bạn."

Tôi bắt đầu thắc mắc, không biết cô ta nói chánh niệm ở đây là có ý nghĩa gì! Dường như chữ chánh niệm, *mindfulness*, bây giờ đã trở thành một từ thông dụng nghe rất bắt tai, như là chữ *karma* vậy, lắm người dùng nhưng ít ai thật sự hiểu được ý nghĩa của nó.

Rồi gần đây tôi có dịp đọc một bài viết nói về ăn một trái cam trong chánh niệm - chú ý đến vị ngọt của nó, cấu tạo của nó, và chính cái kinh nghiệm ăn. Trong một buổi pháp đàm, tôi nghe người ta dùng chữ chánh niệm để diễn tả lại một kinh nghiệm ngồi im quan sát đứa con của mình đang chơi và cảm nhận được giây phút hạnh phúc ấy. Một người khác dùng nó để diễn tả cái ý thức của mình có mặt trong giây phút hiện tại: "Tôi có chánh niệm về cơn giận của mình đang khởi lên. Tôi có chánh niệm về ý định của mình muốn nói lời giận dữ. Và tôi hoàn toàn có mặt trong giờ phút hiện tại, hoàn toàn có chánh niệm khi tôi nói lên những lời ấy!" Và chúng ta cũng nghe nói về áp dụng chánh niệm giúp người ta đối phó với những cơn đau kinh niên.

Mặc dù những ví dụ mà tôi vừa trình bày, có vài trường hợp là sự áp dụng có căn cứ và lợi ích của chánh niệm, nhưng chúng có thật sự đưa ta đến giác ngộ chăng? Chúng có phải đồng nhất với loại chánh niệm mà đức Phật đã trình bày trong kinh điển không, khi chánh niệm là một yếu tố thiết yếu trên con đường giải thoát?

Chánh niệm, *mindfulness*, là một từ rất tiện lợi đối với người Tây phương ngày nay, nhưng chữ "*buông bỏ*", *renunciation*, thì không! Chữ *buông bỏ* mang kèm với nó hình ảnh của một người ở trong hang sâu, tối tăm, ăn thực phẩm vô vị, sống một thân một mình, và không *ti-vi, iPod*, điện thoại di động, máy vi tính, tủ lạnh hay thẻ tín dụng... Trong nền văn hóa tiêu thụ của chúng ta, thì buông bỏ được xem như con đường đi đến khổ đau. Và cũng giống như chánh niệm, danh từ *buông bỏ* cũng dễ bị hiểu lầm ở Tây phương.

Đức Phật có định nghĩa rằng, buông bỏ là một ý muốn được tự do, thoát khỏi *dukkha*, một tình trạng bất toại nguyện và khổ đau của vòng luân hồi. Buông bỏ không có nghĩa là ta chối từ hạnh phúc, mà là từ bỏ khổ đau và những nguyên nhân của nó.

Vì cái thấy của ta bị che mờ bởi vô minh, cho nên ta ít khi nào ý thức được rõ rệt về khổ đau và nguyên nhân của nó. Và phương cách để đối trị vô minh là một cái nhìn sáng tỏ - không lẩn tránh, không chối bỏ, hoặc tự biện hộ - cho hoàn cảnh của mình, thấy được ngay sự thật của những gì đang xảy ra. Có chánh niệm. Điều này đòi hỏi một thái độ hết sức thành thật của ta, nó thử thách quan niệm của ta về chính mình.

Trong kinh Tưởng Điên Đảo, Vipallasa Sutta, thuộc Tăng Chi Bộ kinh (IV. 149), đức Phật có nói về bốn cái thấy sai lầm, những ngộ nhận căn bản về kinh nghiệm của ta. Chúng được đức Phật gọi là bốn cái thấy điên đảo, vì sự vật được nhìn trái ngược với chân tướng của chúng. Bốn cái thấy điên đảo đó là:

- Trong vô thường thấy là thường. Nắm bắt những gì vô thường và cho đó là thường.

- Trong khổ thấy là vui. Tin rằng những sự vật trong cuộc đời, mà tự tánh của chúng là bất toại nguyện hoặc khổ đau, sẽ mang lại cho ta hạnh phúc.

- Trong bất tịnh thấy là thanh tịnh. Thấy những gì không thanh tịnh là đẹp và hấp dẫn.

- Trong vô ngã thấy là hữu ngã. Ôm giữ những sự vật mà tự tánh của chúng là vô ngã và không có thực chất.

Trong vô thường nghĩ là thường

Sáng nay khi thức dậy, bạn có nghĩ là mình đã già đi một ngày và cũng gần kề hơn với cái chết một ngày chăng? Mặc dù lý trí của ta biết rằng cơ thể của mình đang già yếu đi trong từng giây phút, nhưng cảm nghĩ sâu xa trong ta vẫn là thân này sẽ bền vững mãi và cái chết sẽ không bao giờ đến với mình - hay ít nhất là nó cũng còn xa xôi lắm.

Thái độ này là một ví dụ cho ta thấy mình đang ôm giữ thân này như nó là thường, là trường cửu. Và cũng thế, chúng ta xem những mối liên hệ của mình như là cố định và khi có một người thân nào qua đời, ta cảm thấy sửng sốt và bất ngờ. Chúng ta muốn người thân mình sẽ có mặt mãi cạnh bên ta và nắm chặt lấy niềm hy vọng ấy.

Và chúng ta có thể học cách để đối phó với sự vô thường của cuộc đời một cách rất nhẹ nhàng. Nhưng trước hết, ta cần phải thấy được sự sai lầm trong nhận thức của mình về những gì ta cho là thường, là bền vững, và có chánh niệm về tự tánh biến đổi trong mọi người và mọi vật.

Trong khổ nghĩ là vui

Bất cứ những gì mang lại cho ta niềm vui cũng sẽ mang lại cho ta những vấn đề: một người hôn phối lý tưởng bỏ ta, đứa con yêu dấu cãi lại ta, công việc mới thăng chức và cũng tăng thêm giờ làm việc và sự căng thẳng. Những khoái lạc của vòng xoay trong cuộc đời cứ mang đến cho ta hết thất vọng này đến thất vọng khác, nhưng ta vẫn cứ tìm đến nó, nghĩ rằng lần này nó sẽ mang lại cho ta một hạnh phúc dài lâu hơn. Chúng ta cũng như một người đánh bạc, tin rằng ván bài mới sẽ mang lại cho ta một vận may lớn. Ta như một tên nghiện chờ một điếu thuốc kế tiếp.

Với chánh niệm ta sẽ thấy rõ được sự điên đảo thứ hai này. Ta sẽ nhận thấy rằng đa số những gì xã hội đã dạy cho ta, và những gì ta truyền lại cho con cháu mình về vấn đề hạnh phúc là không thật. Một hạnh phúc chân thật và bền vững chỉ có thể hiện hữu bằng cách diệt trừ những nguyên nhân gây nên khổ đau - những tình cảm muộn phiền và những hành động (*karma*) do chúng thúc đẩy.

Trong bất tịnh nghĩ là thanh tịnh

Chúng ta đeo đuổi và dính mắc vào sự hấp dẫn của chính cơ thể mình và của kẻ khác. "Cơ thể đẹp" là một trong những điều mà tất cả chúng ta đều công nhận. Nhưng nếu cơ thể này hấp dẫn đến vậy thì tại sao chúng ta lại tốn hao biết bao nhiêu công sức để thay đổi nó? Chúng ta tìm đủ mọi cách để làm cho cơ thể của mình được nhìn khá hơn: nhuộm tóc, thêm hoặc bớt cân, mặc những quần áo nào mà làm nổi bật những phần trong cơ thể.

"Giữ cho được trẻ mãi" cũng là một trong những ngành kinh doanh thương mại lớn lao nhất. Nhưng nếu chúng ta cứ sống hài **hòa** với thực tại thì sao? Tất cả chúng ta đang già **đi**. Chúng ta có thể nào học sống hạnh phúc với da nhăn, với tóc bạc, với những bắp thịt mềm yếu đi được chăng? Tuổi già đâu cần phải đáng sợ đến thế, nhưng cái thấy sai lầm của ta biến nó thành như vậy.

Trong vô ngã nghĩ là hữu ngã

Quan niệm sai lầm và nguy hại nhất là chấp có một cái ta thật trong thân và tâm này. Chúng ta nghĩ và có cảm tưởng rằng trong ta có một cái "tôi" thật, và nó là một cái "tôi" quan trọng nhất trên vũ trụ này - hạnh phúc của tôi là thiết yếu nhất, và khổ đau của tôi cần phải được giải quyết trước nhất. Chúng ta tưởng tượng ra hình ảnh của một người nào đó và rồi cứ nhất quyết sống theo đúng cái ảo tưởng ấy. Và đa số những ý nghĩ của ta về mình là hoàn toàn sai trật. Tự tánh của chúng ta không phải là xấu xí, đẹp đẽ, tài giỏi, thua kém, lười biếng, ngu si, thông minh... hay bất cứ một đặc tính tốt lành hoặc thấp kém nào mà ta tự gán cho mình.

Và không những chúng ta nghĩ rằng, trong ta có một cái "tôi" có thật và bền vững làm chủ thân, tâm cũng như cuộc sống của mình, mà ta còn tin rằng những người và vật khác chung quanh ta cũng có một thực thể như thế. Ta tin tưởng rằng mọi vật hiện hữu đúng y theo hình tướng bên ngoài của chúng. Và cũng vì vậy mà ta tin rằng, những ai là kẻ thù của ta thì họ là những người có bản chất xấu xa và gian ác. Chúng ta đi **giành giật** và bảo vệ những gì thuộc về mình. Vì không thấy được cái tự tánh luôn biến đổi và không có thực thể của mọi hiện tượng mà biết bao nhiêu phiền não và khổ đau đã sanh lên. Và rồi từ đó ta bị những tình cảm như là sân hận, tham ái, lo âu, lười biếng... sai xử và làm chủ cuộc đời mình. Tất cả chỉ vì chúng ta đã nắm bắt những gì không thật và cho đó là thật.

Nhờ có chánh niệm, *mindfulness*, về bốn cái thấy sai lầm và điên đảo ấy - vô thường, bất toại nguyện, bất tịnh và vô ngã - mà chúng ta ý thức được khổ đau do chúng mang lại và nguyện từ bỏ chúng. Và đó chính là sự buông bỏ, *renunciation*. Chánh niệm phải đưa ta đến sự buông bỏ.

Chánh niệm ấy sẽ mang lại cho ta một **sức mạnh** và khả năng đi ngược lại những thói quen và tập quán tự kỷ của mình. Nhìn chung quanh, ta thấy mọi người ai cũng giống ta, ai cũng muốn xa lìa khổ đau và mong mỏi có hạnh phúc. Và từ đó lòng chân thành muốn giúp đỡ kẻ khác phát sinh. Ý thức được những hạnh phúc mang lại từ sự giúp đỡ kẻ khác, tình thương và tâm từ sẽ khởi lên trong ta. Ta thấy mình có một liên hệ rất mật thiết với tất cả mọi người, mọi loài, và ta nguyện được thanh tịnh và chuyển hóa mọi khổ đau của chính mình - được trở thành một vị Phật - để có thể giúp người khác trọn vẹn hơn. Và chính bằng cách đó mà chánh niệm đưa ta đến giải thoát.

Thubten Chodron

Còn có gì vui?

Nguyên nhân nào đã gây nên những khổ đau và phiền não cho chúng ta? Trong kinh điển, ta **thường** nghe nhắc đi nhắc lại là do tham ái: muốn và không muốn.

Thật ra, nếu bạn theo dõi các trạng thái của tham ái trong tâm, bạn sẽ khám phá ra nhiều điều rất thú vị. Nhưng tại sao tham ái lại là một vấn đề? Tại sao nó lại đóng vai trò quan trọng đến như vậy, và cả thế giới này lại bị khống chế bởi nó?

Trước hết, chúng ta cần phải thấy được sự khác biệt giữa sự thọ hưởng niềm vui (*enjoyment*) và sự tham ái (*desire*). Nếu như bạn có một **bữa** ăn ngon thì bạn sẽ cảm thấy hài lòng. Sự thọ hưởng niềm vui ấy đâu cần phải dính dáng đến bất cứ sự tham ái nào đâu? Điều quan trọng là ta hãy để niềm vui **chỉ** là niềm vui và không để nó dẫn đến một sự thèm khát nào khác thì đâu có gì để khổ đau?

Nhưng làm sao ta có thể có mặt với một kinh nghiệm mà trong ta lại không phát sinh một sự mong cầu thêm hoặc bớt nào đó?

Thật ra đó cũng chính là lý do chúng ta cần thực tập chánh niệm. Năng lượng của chánh niệm có thể giúp ta thực hiện được điều ấy. Nó giúp ta ăn và thưởng thức hạnh phúc của một **bữa** ăn ngon nhưng rồi không hề luyến tiếc. Khi nó qua rồi thì ta cho nó qua. Nó không hề làm sinh khởi một **sự** thèm khát, tiếc nuối, ghét bỏ, mặc cảm, hay bất cứ một phản ứng nào khiến ta phải lao phóng về tương lai.

Nói thì dễ quá phải không bạn? Nhưng ta biết rằng, cố gắng thực hành được điều ấy **thường xuyên** không phải dễ, mà thật ra chỉ làm được vài lần thôi cũng đủ khó rồi!

Khoảng hơn 30 năm trước, tôi có một bữa ăn "ba sao" **với**

hai người bạn ở thành phố *Avallon* tại Pháp. Vào một dịp nghỉ cuối tuần, chúng tôi lái xe đi từ thành phố *Munich* sang chơi. Theo sự phân hạng ở Pháp thì toàn nước Pháp chỉ có được 12 nhà hàng thuộc hạng "ba sao" mà thôi!

Buổi sáng hôm ấy chúng tôi phải sắp đặt trước với một trong những đầu bếp nổi danh nhất thế giới. Bữa ăn được sửa soạn trước một ngày, và chúng tôi dành trọn buổi chiều tối cho bữa ăn tuyệt vời ấy, được kết thúc bằng chai rượu nho *armagnac* 1907.

Đó là một bữa ăn ngon tuyệt vời nhất trong đời tôi. Giờ ngồi nghĩ lại, tôi dường như vẫn còn cảm thấy cái hương vị của nó. Ngày hôm ấy, tôi bị xô đẩy, lôi cuốn theo đủ mọi phản ứng trong tâm: từ thèm muốn đến mong đợi, đến hưởng thụ, sang thỏa mãn; rồi khập khiểng trở về *Munich* với một túi tiền rỗng không; rồi hối hận, và rồi trở lại thèm muốn mỗi khi nghĩ tưởng đến nó. Trong truyền thống *Dzogchen* có nói: "*Hãy để cái phát sinh ở lại trong sự phát sinh.*" Mà đó là chuyện đã xảy ra hơn 30 năm về trước rồi!

Vì vậy nên sự tham ái tự nó chắc chắn là một vấn đề. Tại sao thế? Bởi vì ta không thể nào thỏa mãn nó. Và cái gì khiến cho nó không thể thỏa mãn? Cái gì làm điều kiện cho sự tham ái? Trong tâm lý học Phật giáo, danh từ *Pali* cho lòng tham ái là *tanha*, có nghĩa là "*sự thèm khát*" hay nói rộng hơn là một sự khao khát.

Nếu chúng ta nhìn trên vòng tròn 12 nhân duyên thì ta sẽ thấy rằng nguyên nhân của sự tham ái là *vedana*. Thường thì chúng ta dịch "*vedana*" là "*thọ*" (*feeling*), nhưng *thọ* ở đây không phải là một loại tình cảm. Thật ra *thọ* ở đây là một cảm xúc, có thể là dễ chịu, khó chịu hoặc trung hòa, trong mỗi kinh nghiệm hằng ngày của ta. Và đó cũng là một điểm cốt yếu trong đạo Phật - mỗi kinh nghiệm của ta đều có kèm theo một đặc tính cảm xúc. Tâm lý học Tây phương gọi đó là sắc điệu cảm xúc (*feeling-tone*).

Bạn hãy thử nghĩ về điều ấy cho sâu sắc đi! Đó thật là một tuệ giác rất phi thường. Lần tới, trong giờ ngồi thiền bạn hãy tự dặn mình, **chỉ trong một phút thôi** bạn sẽ có chánh niệm và ý thức rõ rệt về cái đặc tính cảm xúc của mỗi hơi thở, cảm thọ, cảm giác, âm thanh, hay tâm trạng nào khởi lên trong tâm mình. Bạn chỉ cần cố gắng ý thức được cái đặc tính dễ chịu, khó chịu hay trung hòa của giây phút tâm thức ấy, của chính kinh nghiệm ấy thôi. Nếu như bạn có thể có mặt với một cảm giác dễ chịu và để cho đó là một niềm vui, thì không có vấn đề gì hết.

Nhưng vấn đề là, nếu đó là một kinh nghiệm dễ chịu, thì thường thường nó lại thúc đẩy ta có một sự tham ái - mong muốn hơn. Nếu đó là một kinh nghiệm khó chịu, nó thường **làm** phát sinh một sự ghét bỏ, xô đẩy, tránh né, muốn cho qua đi... Và nếu như sắc điệu của cảm xúc ấy là trung hòa, một xả thọ, thì thường chúng ta không quan tâm, không chú ý đến hoặc là hoàn toàn không biết gì đến nó.

Trên con đường tu học, mục tiêu của chánh niệm không phải để loại bỏ những kinh nghiệm dễ chịu hoặc khó chịu, cũng không phải để thoát ra ngoài những sự vui thích và đau đớn. Đó là con đường của một lối tu khổ hạnh mà đức Phật gọi là *"tà kiến"*, một cái thấy sai lầm. Nhưng chúng ta lại thường có sự hiểu lầm **như thế**.

Chúng ta không bao giờ có thể loại trừ những cảm giác dễ chịu **hoặc** khó chịu đi kèm với những kinh nghiệm của mình. Đó là một trong những tuệ giác quan trọng trong đạo Phật. Chúng ta sinh ra là đã được *"thiết đặt"* như vậy! Bất cứ kinh nghiệm nào của ta cũng được kèm theo với một đặc tính dễ chịu, khó chịu hoặc trung hòa của nó. Chúng ta sẽ không bao giờ có thể vượt thoát ra. Ngay cả những bậc đã giác ngộ cũng kinh nghiệm những điều ấy trong mỗi giây phút của các ngài. Và vì vậy mà mục đích tu tập của chúng ta không phải là để gia tăng niềm vui đến tối đa và giảm bớt những nỗi đau đến tối thiểu.

Theo nhà phân tâm học *Freud* thì đây cũng chính là động lực căn bản của cuộc sống. Ông gọi đó là *"chức vụ bản năng của tính dục"* (*pleasure-principle functioning*). Thật ra điều ông khám phá cũng khá chính xác, cũng rất gần gũi với lời Phật dạy. Freud cũng nghĩ rằng, chúng ta không thể nào làm gì khác hơn được, vì những gì vui thích sẽ dẫn đến sự ham muốn, và chúng tạo nên một sự thúc đẩy trong tâm thức, và rồi sai xử ta. Và những cảm giác khó chịu hoặc đau đớn cũng vậy, chúng cũng không tránh khỏi đưa ta đến một sự ghét bỏ và cuối cùng là tạo nên một sự sân hận và bạo động trong tâm. Như vậy thì làm sao ta có thể để cho niềm vui chỉ là một niềm vui mà không bị dính mắc, và nỗi đau là chỉ là một nỗi đau mà ta không hề ghét bỏ nó?

Khi mới bắt đầu bước chân vào con đường tu học, tôi thấy kết quả của sự thực tập rất nhàm chán và khô khan. Có một lần tôi nói với bà *Dipa Ma*: "Khi ta từ bỏ hết những sự ham muốn và ghét bỏ đi rồi thì sẽ có được cái gì đây? Có cái gì khác ngon hơn không, hay hơn không, tuyệt vời hơn không? Cuộc sống này sẽ buồn tẻ và chán chết được nếu ta không còn thấy một cái gì là thú vị để hưởng thụ nữa!"

Tôi ngạc nhiên khi bà Dipa Ma phá lên cười to. "Không phải vậy," bà nói, "cậu không hiểu. Sự sống bây giờ đối với tôi có đầy những nhiệm mầu và niềm vui hơn trước, so với lúc mà tôi còn mang theo đủ mọi thứ hành lý lỉnh kỉnh với mình. Bây giờ thì mỗi giây phút, mỗi kinh nghiệm đều có hương vị và đặc tính riêng của nó. Rồi nó qua và mất đi, và giây phút kinh nghiệm kế tiếp lại có cái hương vị riêng của nó."

Và niềm tin của tôi không phải là vào những gì bà nói, mà vì sự bật cười rất hồn nhiên của bà khi nghe câu hỏi ấy của tôi.

Jack Engler

Nghệ thuật so sánh

Những khi bạn tự so sánh mình với người khác, thì thường thường bạn có khuynh hướng cảm thấy là mình hay hơn hay dở hơn? Nếu như trong sự so sánh bạn ưa chuộng mình hơn, bạn có cảm thấy hãnh diện không? Và nếu ngược lại thì bạn có cảm thấy khổ đau không? Nhưng thật ra thì cả hai lối phản ứng ấy đều ngăn chặn không cho ta thấy được chân tướng của sự vật. Và nếu như bạn là người có cảm nhận hay so sánh, thì câu hỏi thật sự là: "Ai là người so sánh?" Bạn cũng đừng nên chối bỏ **khuynh hướng** này, hoặc tự trách mình là xấu, nhưng bạn hãy nhìn cho kỹ đi vì thật ra ta cũng quý mến nó lắm.

Thiền sư Đạo Nguyên, thế kỷ thứ 13, người sáng lập dòng thiền Tào Động ở Nhật Bản, có lần được một người học trò hỏi rằng: "Thầy sẽ làm gì nếu bị kẹt vào một cuộc tranh luận? Thầy có cố gắng để thắng cuộc tranh cãi ấy không, hay Thầy sẽ nhượng bộ dù biết rằng mình đúng?"

Thiền sư Đạo Nguyên đáp: "Ta không cần phải theo hai **cách** ấy. Chỉ cần ta không quan tâm và thiết tha đến nó nữa, thì tự nhiên sự tranh cãi sẽ mất đi năng lượng."

Và chúng ta cũng có thể áp dụng lời khuyên ấy cho **khuynh hướng** ganh đua, hơn thua của mình trên con đường thực tập: buông bỏ ý niệm rằng mình là người thắng, là người *"thực hành đúng nhất"*.

Ta hãy thực tập với những gì đang xảy ra với chính ta ngay trong giây phút này, với tư tưởng của mình, cảm xúc của mình, với những bất an và với cả những suy nghĩ vẩn vơ của **mình**. Nó có nghĩa là ta hãy thực tập bằng con người thật của chính mình, ngay nơi đây, ngay giây phút này. Đó mới thật sự là một công phu chân thật.

Và năm điều sau đây có thể giúp chúng ta thực hiện được việc ấy:

1. Giây phút hoàn hảo nhất để thực tập là ngay bây giờ - chứ không phải là ngày mai hay tuần tới, cũng không phải là khi nào ta ít bận rộn hơn, nhưng phải là ngay lúc này. Trong giây phút này ta đâu có thiếu thốn điều kiện nào đâu? Pháp môn lúc nào cũng rộng mở. Tất cả những "nhưng mà", "tại vì" trên cuộc đời này chỉ là những sự bào chữa giữ cho ta không gặp gỡ và tiếp xúc được với giờ phút hiện tại.

2. Nơi chốn hoàn hảo nhất để thực tập là chính ngay nơi ta đang có mặt - chứ không phải là trong một thiền viện nào ở Thái Lan hay Nhật Bản, cũng không phải ở một trung tâm tu học, hay trên tọa cụ của mình. Lúc nào ta cũng muốn so sánh với điều kiện nơi khác, nhưng thay vì đòi hỏi, bạn hãy thực tập ngay ở đây, nơi bạn đang đứng, đang đi, hay đang ngồi. Hãy bắt đầu thực tập.

3. Lời dạy hoàn hảo nhất là những gì đang có mặt ngay trước ta - Thiền sư Richard Baker Roshi có lần kể lại một giấc mơ. Trong mơ ông thấy mình đang suy nghĩ cố tìm kiếm câu trả lời cho một vấn đề nào đó, và ngay lúc ấy điện thoại reo vang. Ông phớt lờ đi, không trả lời, và tiếp tục cố gắng tập trung tìm cho ra câu trả lời. Đến tiếng chuông reo thứ ba mươi thì ông nhấc điện thoại lên, bên kia đầu dây có người nói cho ông biết câu trả lời mà ông đang mải mê tìm kiếm. Cái có mặt ngay trước mắt mà ông cho rằng không cần thiết lại chính là điều mà ông đang tìm kiếm.

4. Vị thầy hoàn hảo nhất là người đang có mặt với ta - Vì đó là một mối tương quan có thật, chứ không phải một sự so sánh, hơn thua. Chúng ta vẫn có thể học được rất nhiều từ những vị thầy hay những người bạn vẫn còn có những lầm lỗi.

5. Người học trò hoàn hảo nhất chính là ta - Ta có đủ tất cả trong ta những điều kiện và yếu tố cần thiết cho sự thực tập. Bạn là một người hoàn toàn có đầy đủ khả năng, và khi bạn ý thức được điều này, bạn sẽ tìm thấy được những hỗ trợ cần thiết cho sự thực tập của mình. Và đây là điều quan trọng nhất trong năm điều.

Tuy vậy, đôi khi biết so sánh với người khác cũng có thể thật sự mang lại cho ta ích lợi. Trên con đường tu tập, sẽ đến một lúc mà bạn đã sửa đổi hết những điều dễ cần được sửa đổi trong bạn, nhưng những vấn đề chánh cơ bản thì ta vẫn chưa thể chuyển hóa được. Khi bạn có cảm tưởng như mình đã đi vào một **ngõ cụt**, không tiến thêm được nữa, và nhìn lại sự tu tập của mình thấy dường như không còn tiến bộ, lúc ấy bạn có thể khơi lại niềm tin bằng cách quan sát những người bạn cùng đi trên con đường tu học với mình. Bạn sẽ nhận thấy được rằng, thật ra chúng ta vẫn đang tiến triển, một cách chậm rãi và kín đáo.

Và bạn cũng nên nhớ rằng: "Ai là người so sánh?" Khi ta càng nhìn thấy được những người khác trong ta bao nhiêu, thì ta lại càng có thể dùng những gì có mặt và xảy ra chung quanh để tự hiểu rõ mình hơn. Và khi ta càng chuyển hóa được mình bao nhiêu thì ta lại càng có thể trở thành một nhân tố chuyển hóa **cho** người chung quanh. Tất cả chúng ta đều có những liên hệ rất mật thiết với nhau, và ta rộng lớn hơn mình nghĩ.

*Giác ngộ là một sự cố gắng
nhưng không hề bợn chút ham muốn*

Mặt nước trong xanh đến tận đáy hồ
một con cá bơi lội thong dong như cá
Bầu trời trong xanh mênh mông vô cùng tận
một con chim bay lại tự tại như chim

(Thiền sư Đạo Nguyên)

Michael Wenger

Kinh nghiệm một thiền sinh

Có nhiều lúc tôi cảm thấy mình là một thiền sinh rất tệ. Có những ngày tôi ngồi thiền nhưng chẳng có chút gì là chánh niệm. Tôi tự hỏi, không biết mình có cố gắng đủ hay không? Tôi có lười biếng quá không? May mắn thay, vì được dạy rằng mình cần phải biết rộng lượng và tha thứ cho những thất bại của mình trên con đường tu học nên tôi cũng không cảm thấy buồn nản lắm. Nhưng cũng có thể vì vậy mà tôi thiếu sự tinh tấn chăng?

Sự thật là nhiều năm trước đây, tôi nhận thấy thật ra mình cũng không thể nào kiểm soát được những gì xảy ra trong lúc ngồi thiền - tôi chỉ có thể có mặt ngồi nơi tọa cụ mà thôi. Trong thời gian đầu, tôi vất vả cố gắng để thực hành theo lời hướng dẫn - theo dõi hơi thở, khi nào tâm ta lo ra, buông bỏ tư tưởng ấy và trở lại với hơi thở của mình - nhưng chẳng có gì đặc biệt xảy ra cả. Thật ra, tôi cảm thấy rất bất an trong những lúc ngồi thiền. Sau đó, tôi cảm thấy khá hơn một chút, nhưng cái kinh nghiệm ấy tự nó vẫn là khó chịu.

Nhưng cuối cùng rồi tôi cũng vượt qua và bắt đầu có được những kinh nghiệm tĩnh lặng và sáng tỏ. Và trong suốt nhiều năm, và các khóa tu kế tiếp, tôi cố gắng giữ một sự quân bình trong sự thực tập của mình, *"dụng công nhưng không dụng lực"*. Khi nào tôi thể hiện được điều này thì mọi việc dường như đều rất trôi chảy, tôi cảm thấy mình có một sự tỉnh thức tự nhiên và buông bỏ nhẹ nhàng. Và ngược lại, những khi thất bại, tôi cảm thấy mình lạc lõng, bối rối và tràn ngập bởi những tư tưởng và cảm giác rằng mình hoàn toàn mất sự tự chủ. Và rồi từ đó tôi lại tự hỏi không biết phương cách thực tập của tôi có thích hợp không.

Gần đây, tôi có đọc được bài kinh mở đầu trong Tương Ưng Bộ Kinh (*Samyutta-Nikaya*). Trong bài kinh ấy có người hỏi đức Phật bằng cách nào để ngài vượt qua được dòng nước lũ, ý nói về sự giác ngộ của ngài. Câu trả lời của **đức** Phật thật vô cùng đơn sơ:

- "Này **hiền** giả, không đứng lại, không vội vã, ta vượt khỏi dòng nước lũ."

- "Thưa ngài, làm sao không đứng lại, không vội vã, Ngài vượt khỏi dòng nước lũ?" Người ấy hỏi.

- "Này **hiền** giả, khi ta đứng lại **thì** ta bị chìm xuống. Khi ta vội vã, **thì** ta bị cuốn trôi; do vậy, này hiền giả, không đứng lại, không vội vã, ta vượt khỏi dòng nước lũ."

◆

Tôi nghĩ câu trả lời của đức Phật diễn tả được điều mà tôi đang cố gắng để đạt đến trong sự thực tập của chính mình. Tôi cứ tiếp tục có mặt nơi toạ cụ của mình, dù cho chuyện gì xảy ra, nhưng không cố sức quá.

Trong thời gian qua, tôi cũng có thực tập theo chương trình gọi là *Twelve-Step programs*. Họ có một câu châm ngôn là *"chỉ từng ngày một"*. Tôi nghĩ câu ấy có nghĩa là, ta đừng cố gắng phải giải quyết hết mọi vấn đề trong cùng một lúc - hay là đạt giác ngộ - chỉ cần ta chăm sóc cho những gì cần thiết trong ngày hôm nay. Hôm nay ta chỉ cần ngồi trên toạ cụ của mình theo thời gian hạn định. Đừng tự trách móc hay phê phán về buổi ngồi thiền ấy là thành công hay thất bại. Đó không phải là chuyện của mình. Chuyện của mình là có mặt và ngồi ở đó. Nếu bạn bỏ sự thực tập vì nó không đạt *"tiêu chuẩn"* **mong** muốn, như đức Phật dạy, bạn sẽ bị chìm xuống.

Đức *Dalai Lama* cũng có khuyên chúng ta không nên lúc nào cũng cứ xem xét và phê phán sự thực tập của mình. Ngài dạy, chúng ta chỉ nên nhìn lại sau một thời gian dài, như là năm hay mười năm, chừng ấy ta mới thật sự thấy được sự tiến triển của mình. Tôi nghĩ có lẽ ý ngài cũng khuyên chúng ta đừng nên dừng lại.

Nhưng dù vậy, trên con đường thực tập, có những lúc tôi nhìn quanh và thấy hoang vu, không có gì thay đổi hay khác biệt. Tôi có tự dối gạt mình hay không? Tôi có thật sự cố gắng đủ chưa? Có lúc, tôi thực tập với một vị thầy dạy cho tôi những phương pháp thực hành gắt gao hơn, nhưng rồi tôi vẫn trở về với đường lối nhu hòa của mình. Đó có phải là phản ảnh một tính khí yếu đuối chăng? Có lẽ tôi cần phải cố gắng nhiều hơn để tăng trưởng định lực và chánh niệm. Vấn đề là mỗi khi tôi cố gắng gò bó mình, cuối cùng tôi lại cảm thấy còn tệ hại hơn trước. Chắc có lẽ tôi chỉ có thể là vậy thôi. Đứa con gái của tôi khi lên sáu, mỗi lần bị la rầy nó hay nói: "Con đâu phải là chủ đầu óc của mình." Nghe thấm thía làm sao!

Tôi là một giáo thọ, tôi đi hướng dẫn các khóa tu, vì vậy cho nên tôi thuộc vào hạng "Bác sĩ, hãy lo chữa bệnh cho mình đi!" Thật ra thì tôi cũng hiểu về những ý nghĩ ngờ vực này của tôi lắm chứ. Nhưng vấn đề tôi muốn nêu ra là *"thế nào là Chánh Tinh Tấn"*?

Thật ra đó không phải là một vấn đề của riêng tôi. Trong những khóa tu, tôi thường khuyên người khác nên từ tốn với chính mình, có niềm tin vào sự thực tập, nhìn mọi việc xảy ra trong một không gian rộng lớn, và nhớ rằng cái gì cũng rồi sẽ qua. Hãy có niềm tin vào đạo pháp, cho dù ta không có niềm tin nơi mình. Đó là lời khuyên mà tôi có thể dùng được!

Là một giáo thọ, tôi không tránh khỏi ghi nhận những hình ảnh của các vị giáo thọ khác, và thấy rằng gương mặt họ lúc nào cũng tươi sáng và nở nụ cười. Hình như họ có một thông điệp là: "Nếu bạn thiền tập như tôi, bạn sẽ có hạnh phúc!" Và những lời hướng dẫn thiền tập cũng vậy, có vẻ như rất hoàn hảo, không có chút gì là bất toàn hết. Đôi khi tôi tự hỏi, ta có nên ghi thêm những câu này trong các khoá tu không: "Những kinh nghiệm thật sự của bạn trong khóa tu này sẽ tùy thuộc vào nghiệp quả trước đó (*karma*) của bạn. Các vị thầy và trung tâm này không thể bảo đảm về sự giác ngộ của bạn (hoặc là bạn có vui thích hay không)."

Cuộc đời của tôi có biết bao những thăng trầm - buồn vui, căng thẳng, hân hoan, mệt mỏi... Và tất cả những trạng thái ấy đều được phản ảnh trong buổi ngồi thiền hằng ngày của tôi. Đôi khi tôi muốn sự thiền tập của mình hoàn toàn cách biệt hẳn, như là một trạng thái nhiệm mầu nào đó mà tôi có thể bước vào và lánh xa hết tất cả.

Nhưng thật ra thiền tập không phải là một sự trốn tránh thực tại, mà ngược lại, nó là một nhận thức về thực tại sâu sắc hơn. Và nếu ta nhìn cho sâu và cho thật rõ, bên dưới cái thực tại bất an ấy là một thực tại tĩnh lặng, tuệ giác và hạnh phúc. Đó mới chính là chân thực tại.

Và nếu tôi không dừng lại và cũng không vội vã, sự tĩnh lặng và tuệ giác này sẽ tự nhiên hiển lộ - theo thời điểm của nó, chứ không phải của tôi.

Kevin Griffin

Đức Phật bên trong

Khi tôi viết về đề tài sống với cái đau, tôi không cần phải dùng đến trí tưởng tượng. Từ năm 1976, tôi bị khổ sở với một chứng bệnh nhức đầu kinh niên và nó tăng dần thêm theo năm tháng. Tình trạng này cũng giống như có ai đó khiêng một tảng đá hoa cương thật to chặn ngay trên con đường tu tập của tôi. Cơn đau ấy thường xóa trắng hết những chương trình trong ngày của tôi, và nhiều khi còn kéo dài hơn nữa. Nó đã lấy mất đi ít nhất cũng là vài năm về năng **suất** trong những sinh hoạt của tôi. Cơn đau đầu ghê gớm này đôi khi khiến tôi khó có thể nào làm tròn công việc của mình, là một học giả cũng như một dịch giả kinh điển Phật giáo.

Tôi đã thử tìm mọi phương thuốc chữa. Tôi không những chỉ chữa trị theo y học Tây phương, mà còn đi hốt thuốc với các bác sĩ Đông y tại những làng hẻo lánh xa xôi ở xứ *Sri Lanka*. Tôi đã từng bị đâm vô số lần bởi những mũi kim châm cứu. Cơ thể tôi đã được bẻ nắn bởi những nhà chuyên môn xoa bóp người Trung Hoa tại *Singapore*. Tôi cũng đã uống những liều thuốc bản xứ của người Tây Tạng tại *Dharamsala* và đi tìm sự giúp đỡ nơi các thầy trị tà và chuyên chữa luân xa tại *Bali*. Nhưng tất cả chỉ giúp giảm bớt một phần nào thôi! Hiện giờ tôi vẫn đang uống một số thuốc để kiểm soát cơn đau của mình. Căn bệnh ấy vẫn không thể nào bị diệt tận gốc rễ.

Tôi biết rất rõ rằng, cơn đau dài lâu của cơ thể có khả năng ăn lần vào tận tâm can, len lỏi vào mọi ngõ ngách của tâm hồn ta. Nó có thể phủ bóng đen lên con tim và lôi ta xuống tận vực thẳm của chán nản và tuyệt vọng. Tôi không dám tuyên bố rằng mình đã chiến thắng và khuất phục được cái đau, nhưng trong mối liên hệ dài lâu với nó tôi cũng đã khám phá một số những nguyên tắc có thể giúp ta chịu đựng được cơn đau này. Và tôi xin được chia sẻ đến các bạn.

Điều trước nhất, ta nên thấy được sự khác biệt giữa một cái đau nơi thân với phản ứng của tâm đối với cái đau ấy. Mặc dù thân và tâm có **mối** liên hệ rất mật thiết với nhau, nhưng tâm ta không nhất thiết phải chịu cùng chung một số **phận** với thân. Khi thân có một cơn đau, tâm ta có thể lùi ra xa một chút. Thay vì bị lôi kéo vào, tâm ta có thể bước lui lại và quan sát nó.

Thật ra, với một sự thực tập, tâm ta có thể quay ngược cơn đau lại và biến nó thành một phương tiện để giúp ta tăng trưởng.

Đức Phật có so sánh cái đau ở thân cũng giống với người bị bắn một mũi tên. Và chúng ta thường cộng thêm vào cái đau ở thân ấy bằng nỗi đau của tâm (sự khó chịu, thù hận, than van, trách móc...). Điều ấy cũng giống như ta bị bắn thêm một mũi tên thứ hai. Một người có tuệ giác sẽ dừng lại ở mũi tên thứ nhất. Nếu ta biết đơn giản gọi đúng tên thật của cái đau, ta sẽ giữ cho nó không lan rộng ra ngoài phạm vi vật lý và không để nó làm thương tổn sâu xa đến tâm hồn.

Ta có thể xem cái đau như một vị thầy - một vị thầy rất khắt khe nhưng cũng rất hùng hồn. Tôi thường có cảm giác cơn đau đầu của mình là một vị Phật nội tại (*built-in buddha*) lúc nào cũng nhắc nhở tôi về sự thật mầu nhiệm thứ nhất: *khổ đế*. Có được một vị thầy như vậy thì tôi đâu cần gì phải nghe bài Pháp đức Phật dạy ở Lộc Uyển gần thành *Ba-la-nại*. Mỗi khi muốn nghe âm thanh vang dội của lời Phật tuyên bố rằng: *"Bất cứ những gì có thể cảm nhận được đều nằm trong vòng khổ đau"*, tôi chỉ cần chú ý đến những cảm xúc đang có mặt trong đầu mình thôi!

Là một người đi theo con đường của Pháp (*dharma*), tôi hoàn toàn đặt trọn niềm tin vào luật nghiệp quả (*karma*). Vì vậy, tôi cũng chấp nhận tình trạng đau đớn này có thể là do một nghiệp quả bất thiện nào đó tôi đã gây nên trong quá khứ.

Nhưng không phải tôi khuyên bạn rằng, nếu như ta có một cơn bệnh nào thì cứ việc chấp nhận ngay là do nghiệp quả. Vì mặc dù đó có thể là quả trái không tránh được của nghiệp xưa, nhưng nó cũng có thể là kết quả của những nguyên nhân trong hiện tại, và nếu ý thức được điều ấy, ta có thể chữa trị rất hiệu quả khi tìm ra phương cách thích hợp. Nhưng khi ta đã thử nhiều cách khác nhau rồi, mà tình trạng vẫn cứ bướng bỉnh và ngoan cố thì ta có thể tin chắc đó là do nghiệp quả.

Thú thật với bạn là tôi không bao giờ mất công suy nghĩ hay thắc mắc tìm hiểu xem cái nghiệp ấy là gì, và tôi cũng khuyên bạn đừng bao giờ để cho nó làm mình phải mất ngủ hoặc lo nghĩ mất thì giờ vô ích. Chúng rất dễ dẫn ta đến những suy tưởng viển vông và rồi là những thực tập mê tín dị đoan. Điều quan trọng là khi ta có niềm tin vào luật nghiệp quả, ta sẽ hiểu rằng cây chìa khóa của tương lai và hạnh phúc đang nằm ngay trong tay ta. Nó nhắc nhở ta đừng làm những gì gây thêm khổ đau cho người khác, và cố gắng làm những điều mang lại lợi ích, hạnh phúc cho người chung quanh.

Một cái đau kinh niên có thể là một sự nhắc nhở, khuyến khích ta phát triển thêm những đức tánh tốt lành. Được như vậy, ta có thể xem đó như là một điều may mắn thay vì một gánh nặng. Nhưng lẽ dĩ nhiên ta vẫn tiếp tục làm những gì cần thiết để tìm một phương thuốc chữa. Sự cố gắng để đối trị với cơn đau kinh niên đã giúp tôi phát triển một thái độ kiên nhẫn, can đảm, nghị lực, an tĩnh và tâm từ. Có những lúc, khi tôi hoàn toàn trở nên bất lực vì cơn đau, tôi chỉ muốn buông bỏ hết mọi trách nhiệm, bổn phận của mình và chịu khuất phục trước số phận. Nhưng rồi tôi khám phá ra rằng, khi tôi gác qua một bên những lo nghĩ về cái đau, chỉ đơn giản kiên nhẫn có mặt với nó, cuối cùng nó sẽ giảm cường độ xuống và trở nên dễ **chịu** hơn. Và từ đó tôi có thể có những quyết định **hợp** lý hơn và làm việc hiệu quả hơn.

Kinh nghiệm về cơn đau kinh niên này giúp tôi ý thức được rất rõ rằng chúng ta sẽ không thể tách rời cái đau ra khỏi tình trạng của con người. Đó là một điều mà những người sống ở Hoa Kỳ, quen với sự dễ chịu, đầy đủ và sung túc, rất dễ quên đi. Cái đau kinh niên đã giúp tôi cảm thông được với **hàng tỷ** người khác hiện vẫn đang sống trong đói **khát**, thiếu ăn mỗi ngày, với **hàng** triệu phụ nữ phải đi bộ **hàng** cây số để gánh nước về cho gia đình, với những quốc gia còn chậm tiến, **người ta** còn **phải** ngủ trên những chiếc giường thô sơ, các **bệnh viện** thiếu vệ sinh căn bản, bệnh nhân nằm nhìn lên những bức tường lạnh câm...

Ngay giữa những lúc cơn đau bùng lên dữ dội - khi tôi không còn đọc sách, viết lách và nói năng được nữa - tôi vẫn không để cho nó làm bối rối tâm hồn mình, tôi vẫn giữ theo lời nguyện thực tập, nhất là nguyện rằng sẽ tiếp tục đi trên con đường này cho đến trọn đời.

Khi cơn đau từ đầu lan rộng xuống hai vai, tôi dùng thiền tập để **quán** sát sâu sắc những cảm thọ ấy. Điều đó giúp tôi thấy được chúng chỉ là những sự kiện hoàn toàn *vô ngã*. Chúng là những tiến trình xảy ra trên các bình diện thô sơ và vi tế do các năng lực của điều kiện, và mỗi cảm xúc đều có một cơ cấu, màu sắc, mùi vị riêng rất đặc thù của chính nó.

Tôi khám phá phương cách hay nhất để xoa dịu ảnh hưởng của cơn đau là áp dụng một công thức được lặp đi lặp lại nhiều lần trong các bài pháp của đức Phật: *"Bất cứ là cảm thọ nào - trong quá khứ, hiện tại hay tương lai - tất cả đều không phải là của tôi, không phải là tôi, và không phải là cái ngã của tôi."*

Sự thực tập ấy không đòi hỏi ta phải có một định lực mãnh liệt hoặc một tuệ giác sâu xa nào, nó cũng vẫn sẽ mang lại cho ta rất nhiều lợi ích. Thực tập công thức quán chiếu ấy sẽ giúp ta tạo nên một khoảng cách giữa ta và kinh nghiệm đau đớn của mình.

Sự quán chiếu ấy sẽ không cho phép cái đau có quyền hạn tạo nên một cái tôi trong tâm **ta** nữa, và nhờ vậy ta trở nên an tĩnh và có nhiều can đảm hơn.

Mặc dù phương cách này đòi hỏi thời gian và công phu thực tập, nhưng khi ba điều quán niệm ấy - không phải là của tôi, không phải là tôi và không phải là cái ngã của tôi - trở nên vững mạnh, cái đau sẽ mất đi quyền lực của nó, cánh cửa chấm dứt khổ đau sẽ hé mở, và cánh cửa ấy sẽ dẫn ta đến một sự tự do vô cùng rộng lớn.

Bhikkhu Bodhi

Tìm lại chỗ ngồi của mình

Tôi chánh thức có được kinh nghiệm đầu tiên với đạo Phật vào vài năm trước đây, tại tu viện *Zen Mountain Monastery*, một kiến trúc bằng đá rất uy nghi được xây bên sườn núi *Mt. Tremper* trong vùng *Catskills* ở miền đông *New York*.

Tôi đến tham dự khoá "*Giới thiệu về thiền - Zen*" vào một cuối tuần. Trong lòng tôi khá hồi hộp và hoàn toàn không có một khái niệm nào về việc gì sẽ xảy ra trong khóa tu học.

Nhưng tôi biết là có một cái gì đó mình đang cần và muốn, mà lại thiếu vắng trong đời tôi. Tôi đến tham dự có lẽ là do sự thúc đẩy của bản năng hơn là của lý trí. Tôi nghĩ, giáo lý đạo Phật là con đường tốt nhất có thể giúp tôi tìm lại được những gì mình cảm thấy thiếu thốn trong cuộc đời.

Vào ngày thứ ba của khoá tu, cuối cùng thì tôi cũng **có cơ hội** để tham **vấn riêng** (*dokusan*) với vị thiền sư trú trì và cũng là người sáng lập thiền viện, *John Daido Loori Roshi*. Trong lòng tôi đầy ắp những thắc mắc và câu hỏi. Hai ngày qua tôi đã dồn nhét đủ thứ vào đầu - căn bản thiền tập, cách lễ lạy, triết lý đạo Phật, chấp tác, Thiền và nghệ thuật...

Nhưng tôi chỉ được phép **hỏi** một câu thôi, và tôi cảm thấy sự cấp bách **phải** hỏi sao cho đúng. Sau những cái lạy lúng túng và ngượng ngịu, tôi ngồi trên chiếc bồ đoàn đối diện với thiền sư *Daido*. Ông có đôi vai rộng lớn, đầu cạo trơn và **đắp** chiếc y màu vàng cam. Ông nhìn về hướng tôi, **mỉm** một nụ cười ấm áp, mơ màng, một nụ cười như có chút gì thích thú. Trong khóa tu này, có lẽ ông đã gặp biết bao nhiêu là những thiền sinh mới và vụng về như tôi.

"Anh có câu hỏi gì không?" Ông hỏi.

Tôi lập tức nói ra câu hỏi mà tôi đã tập dượt sẵn trong đầu: "Làm cách nào để tôi có thể theo đuổi những gì mà Thiền có thể mang lại cho mình nhưng không nắm bắt chúng?"

Chưa nói xong mà dường như tôi đã cảm thấy sự ngu ngốc của câu hỏi ấy rồi!

"Chỉ cần ngồi thôi." Ông mỉm cười trong đôi mắt và gật đầu.

Câu trả lời có vẻ đơn giản quá nên tôi lặp lại câu hỏi ấy, dùng những danh từ khác nhưng cũng cùng một ý đó. "Làm sao tôi có thể tinh tấn học Phật mà không để bị dính mắc vào đó?"

"Chỉ cần ngồi thôi." Ông lặp lại.

Và thành thật mà nói, hơn nhiều năm qua tôi đã nghe theo lời khuyên ấy của *John Daido Loori* hơn là những điều khác. Và tôi cũng như một đứa bé, ít khi nào có thể ngồi yên được.

Ngồi thiền rất khó. Nó đòi hỏi một khuôn khổ mà hiếm có ai thấy là dễ dàng. Và đối với đa số những người bạn Phật tử của tôi thì câu trả lời rất yếu đuối, bao giờ cũng là: "Tôi ngồi thiền... hầu như mỗi ngày"

Tôi thì còn tệ hơn thế, nơi tôi ở không có một tăng thân, cũng không có một chúng tu học nào gần đó, vì vậy nên tôi không bị áp lực của bạn bè, mà cũng không có được sự hỗ trợ nào. Và khi tôi bỏ bê ngồi thiền cũng không ai hay biết. Ai mà lại chẳng có những lý do để tự bào chữa phải không bạn? Và tôi thì có nhiều lắm!

Nhưng vào cuối tháng qua, tôi đã tìm lại được chỗ ngồi của mình.

Tôi có dịp đi tham dự một khóa hội thảo dành cho các nhà văn tổ chức tại đại học *Goucher College*. Tôi ở sáu ngày trong một phòng khách sạn rất ngăn nắp. Làm mới lại con đường tu học của mình tại một khách sạn tấp nập đông người là một điều hơi khác thường, nhưng đạo Phật có dạy rằng, lúc nào cũng nên biết cởi mở trước mọi sự bất ngờ!

Tôi gặp một người bạn Phật tử, cô ta cũng đi tham dự khóa hội thảo, và hỏi tôi về việc ngồi thiền. Cô đề nghị chúng tôi cùng ngồi thiền với nhau.

"Mấy giờ thì tiện cho anh?" Cô hỏi.

"Bảy giờ rưỡi sáng," Tôi trả lời ngay. Và tôi cũng tự ngạc nhiên trước sự sốt sắng và không chút do dự của mình. Có lẽ hạt giống tốt lành trong tôi đang lên tiếng.

Mỗi sáng sớm, trước buổi hội thảo, chúng tôi dùng những tấm đệm ghế làm tọa cụ và cùng ngồi thiền với nhau trong ba mươi phút. Chung quanh tôi có đủ mọi việc để phân tâm - trách nhiệm của mình trong buổi hội thảo, tiếng dọn phòng ồn ào ngoài dãy hành lang, tiếng còi hú, tiếng kèn xe... nhưng chúng tôi vẫn ngồi được.

Và tôi khám phá một điều là vừa khi ta ngồi xuống trên tọa cụ thì vấn đề ngồi thiền không còn gì là khó khăn nữa. Việc ngồi thiền rất dễ chịu và tự nhiên, cũng giống như một người bạn cũ rất thân quen vậy. Cái khó là làm sao ta tìm cho mình một cơ hội để ngồi. Vấn đề của tôi là làm sao để bắt mình phải ngồi xuống. Khi đã ngồi xuống rồi thì mọi việc đều rất dễ dàng và tự nhiên.

Tôi biết rằng sáu ngày này là một món quà quý báu, một cơ hội giúp tôi tiếp xúc lại với chính mình, một cơ hội để ngồi với người bạn, và khám phá lại cái năng lực của công phu ngồi thiền mỗi ngày. Trong lúc ngồi thiền tôi tự trao cho mình một công án, một công án tuy rất đơn giản nhưng tôi biết nó rất quan trọng với riêng tôi: "Tại sao mình ngồi thiền? Nó có ý nghĩa gì?"

Câu trả lời đến với tôi trong ngày cuối. Những giây phút ngồi thiền là những giây phút tôi cảm thấy an ổn và mãn nguyện với mình nhất. Đó là những giây phút tôi cảm thấy hạnh phúc và chấp nhận chính mình, cho dù tôi vẫn có những lỗi lầm và thiếu sót. Cũng giống như tất cả những người khác, bao giờ tôi cũng đeo đuổi và mong muốn mình được trở nên tốt đẹp hơn, nhưng trong giây phút ấy, tôi chỉ ngồi thôi, không còn đeo đuổi một cái gì nữa cả. Tôi thấy mình đã có đầy đủ cả rồi.

Thật ra tôi đã học được điều này trên núi *Mt. Tremper* nhiều năm về trước, nhưng rồi lại quên mất. Có những bài học, dường như chúng ta cứ phải tiếp tục học đi học lại mãi. Đôi khi điều đơn giản nhất lại chính là điều khó nhất.

Dinty W. Moore

Chia sẻ kinh nghiệm thiền tập

Tổ Bồ-đề Đạt-ma cắt mí mắt của ngài. Vị thầy của Jack Kornfield dạy ông đến ngồi thiền cạnh bên một bờ giếng. Trong truyền thống đạo Phật có rất nhiều mẩu chuyện về các hành giả tự tìm cho mình một *phương* cách giữ cho sự tu tập của mình luôn được tiến bộ.

Thật ra, bất cứ hành giả nào đã từng ngồi thiền cũng đều có những "bí quyết" riêng của mình. Với ý nghĩ đó, tạp chí Phật học Tricycle có yêu cầu một số các vị giáo thọ và những hành giả có kinh nghiệm hành thiền nhiều năm chia sẻ những "bí quyết" thiền tập của họ với độc giả.

1. Chỉ cần ngồi trong tư thế thiền

"Hãy gắng tự cam kết là mình sẽ ngồi xuống trong tư thế thiền, ít nhất là 1 lần mỗi ngày. Bạn không cần phải quyết định là mình sẽ ngồi bao lâu, chỉ cần ngồi xuống tọa cụ là đủ. Đối với đa số, điều khó khăn nhất là làm sao ta làm được điều ấy. Khi bạn đã ngồi xuống rồi, bạn nghĩ: 'Đã ngồi đây rồi thì mình cũng nên ngồi thêm vài phút,' và thường khi là ta lại ngồi trọn giờ thiền của mình."

Joseph Goldstein,
Sáng lập viên Insight Meditation Society

2. Dùng chuông báo hiệu

"Trong khi ngồi thiền, bạn nên dùng một chuông báo hiệu (timer) thay vì là đồng hồ. Nếu bạn cứ phải mở mắt ra xem mình đã ngồi được bao lâu, tâm bạn sẽ không thể nào an tĩnh được. Khi sử dụng chuông báo hiệu, bạn sẽ không bị dính mắc vào ý niệm thời gian, khám phá được một sự buông thư rất sâu sắc và cảm nhận được thời gian bất tận."

Naryan Liebenson Grady,
Giáo thọ của *Cambridge Insight Meditation.*

3. Biết sắp xếp những gì ưu tiên

"Nếu thiền tập là một vấn đề ưu tiên thì ta phải gắng sống theo đúng như vậy, mang sự thiền tập lên hàng đầu. Tôi có một quy luật là mỗi sáng không bao giờ mở máy vi tính trước khi ngồi thiền xong. Rất đơn giản, nhưng cũng rất hiệu quả. Có lẽ lời khuyên đanh thép nhất mà tôi học được là từ thiền sư *Suzuki Roshi*: 'Hãy sắp đặt cuộc sống sao cho việc ngồi thiền được tốt đẹp.'"

David Schneider
Giáo thọ của Tu viện Shambhala

4. Kiên nhẫn

"Khi bạn gieo hạt giống ngoài vườn, bạn không thể ngày nào cũng đào xới chúng lên để xem chúng ra mầm chưa. Bạn chỉ lo tưới nước, nhổ cỏ cho sạch. Bạn biết rằng, những hạt giống ấy sẽ mọc và trưởng thành theo thời gian. Cũng vậy, bạn chỉ cần thực tập đều đặn mỗi ngày và nuôi dưỡng một tình thương. Không có gì vội vã hết. Ta hài lòng với việc nuôi dưỡng những hạt giống tốt lành trong giây phút này. Quả trái sẽ sanh ra khi nào chúng sẵn sàng."

Bhikshuni Thubten Chodron,
Tỳ-kheo ni Phật giáo Tây Tạng

5. Thử những tư thế khác nhau

"Mặc dù khi nói về thiền tập chúng ta thường nghĩ ngay đến 'ngồi thiền', nhưng nếu như bạn có khó khăn trong tư thế ngồi, bạn có thể thiền bằng cách nằm xuống. Có những đêm mất ngủ, tôi nằm theo dõi hơi thở và thực tập từ bi quán. Một năm kia, tôi có khó khăn và không thể ngồi được, tôi hành thiền bằng cách nằm trên mặt đất phía sau sân nhà, cảm nhận được những tầng lớp đất bên dưới, và lắng nghe những âm thanh của một khu vườn nhỏ giữa thành phố."

Barbara Gates,
Chủ bút báo Phật học *Inquiring Mind*

6. Phát nguyện

"Đừng bao giờ để cho mình có một sự chọn lựa nào cả. Đừng tự hỏi rằng: 'Tôi có muốn **thức dậy** ngồi thiền hay không?' vì chắc chắn là ta sẽ có **hàng** triệu lý do để trốn tránh. Bạn hãy vặn đồng hồ báo thức, rồi thức dậy và ngồi thiền. Bạn cũng nên phát một lời nguyện **trước đức** Phật rằng bạn sẽ hành thiền đều đặn mỗi ngày trong vòng 1 tháng, và rồi thử xem sao."

Ani Tenzin Palmo,
Tỳ-kheo ni Phật giáo Tây Tạng.

7. Thắp một nén hương

"Xem thử một nén hương ta đốt khoảng bao lâu thì tàn hết. Và rồi bạn có thể dựa trên đó để đo và xác định thời gian ngồi thiền của mình."

Helen Tworkov,
Sáng lập báo Phật học *Tricycle*

8. Nới rộng sự thực tập

"Đừng đặt những giới hạn cho môi trường thực tập của mình. Tập sống cho thong dong, đọc và học hỏi bằng tuệ giác, nhìn thấy cái hay đẹp của kẻ khác, không gây khổ đau cho người chung quanh. Cuộc sống có biết bao nhiêu cơ hội cho ta thực tập. Và ngồi thiền tự nó cũng là vì ích lợi cho kẻ khác, nó giúp ta có một tinh thần cởi mở và vị tha hơn, ta không còn là một kẻ khó chịu nữa."

Andy Cooper,
Chủ bút báo Phật học *Tricycle*

9. Ngồi với người khác

"Hãy ngồi thiền chung với người khác. Nhiều khi ta đến vì người khác lại dễ hơn là vì chính mình."

James Shaheen,
Chủ biên và xuất bản báo Phật học *Tricycle*

10. Chọn một quyết định đúng

"Tất cả những thiền sinh tu tập nhiều năm mà tôi biết đều chia sẻ rằng, vấn đề họ đã phải đối diện là sự kháng cự không muốn ngồi thiền. Dường như mỗi khi chúng ta cương quyết lao mình về một hướng nào thì điều đó sẽ tạo nên một khuynh hướng ngược lại. Nhưng theo thời gian, chúng ta sẽ giải quyết được vấn đề này bằng những quyết định của mình cho mỗi hoàn cảnh trước mắt: ta nên đi ngủ hay ngồi thiền? Ta có nên sắp đặt ngày hẹn nào trùng với ngày tu học của mình chăng? Ta có nên bỏ buổi họp mặt tăng thân tối nay vì có người quen viếng thăm, hoặc cho họ biết trước là ta sẽ bận? Mỗi khi ta quyết định tiếp tục đi theo con đường thực tập của mình trước mọi thứ cám dỗ và các lý do 'chính đáng', điều đó sẽ giúp cho sự quyết tâm ngày càng trở nên sâu sắc hơn."

Darlene Cohen,
Giáo thọ Thiền đường *Russian River Zendo*

11. Kinh nghiệm những hơi thở

"Vị thầy của tôi, *Than Geof*, luôn nhắc nhở tôi rằng, mỗi khi tâm ta chống cự không muốn ngồi thiền, ta hãy tự hỏi: 'Bây giờ thì hơi thở như thế nào sẽ mang lại cho mình một sự dễ chịu và vui thích?' Ý nghĩ đó sẽ thúc đẩy ta ngồi xuống và thử nghiệm những hơi thở của mình, và thường thì hơi thở sẽ trở nên khinh an và hỷ lạc đủ để mang lại cho ta một sự an định."

Mary Talbot,
Biên tập viên báo Phật học *Tricycle*

12. Ta ngồi thiền vì cần phải ngồi thiền

"Tôi thường nói với các thiền sinh cũng giống như thi hào *Rilke* khuyên các nhà thơ: 'Đừng làm thơ trừ khi nào cần thôi!' Theo kinh nghiệm của riêng tôi thì bất cứ một nguyên do gì khác hơn sự cần thiết để ngồi thiền đều là một sự dối lừa, hạ thấp giá trị của việc ngồi thiền. Ta cần phải ngồi thiền để chuyển hóa khổ đau của mình, và đó là lý do duy nhất."

Eliot Fintushel,
Giáo sư viết cho báo Phật học *Tricycle*

13. Điều chỉnh bằng cách đọc những gì ta thích

"Tôi không có ý nói là đọc những gì bạn đang nghiên cứu, ta không muốn tâm mình phải suy tưởng thêm. Nơi bạn ngồi thiền, hãy để một vài quyển sách có tính cách nhẹ nhàng, khơi dậy trong ta sự tĩnh lặng hoặc an lạc. Không nhất thiết phải là sách Phật giáo. Gần đây, cạnh chỗ tôi ngồi có quyển *Thoughts in Solitude* của linh mục *Thomas Merton*, quyển *Avadhuta Gita*, những tập thơ về đạo..."

Karen Ready,
Biên tập viên báo Phật học *Tricycle*

14. Kiểm lại trước khi bắt đầu

"Sau khi bạn đã ngồi xuống, điều đầu tiên là chú ý đến cơ thể và buông thư những nơi còn bị căng thẳng. Tiếp đó, bạn nên nhìn lại tâm mình trước khi bắt đầu. Mặc dầu có thể bạn vừa bước ra khỏi giường, nhưng tâm trạng bạn thế nào? Bực mình, cau có, hay lo âu, hấp tấp trước một ngày mới? Bạn vẫn còn đang mơ màng hay giật mình, hoang mang vì tiếng đánh thức của đồng hồ? Hãy ghi nhận những gì đang có mặt trong tâm trước khi bắt đầu theo dõi hơi thở."

Andrew Merz,
Phó chủ biên báo Phật học *Tricycle*

15. Có niềm tin

"Hãy nương tựa vào những năng lượng to lớn hơn là cái ngã của mình. Thiền sư Đạo nguyên nói: 'Hãy bỏ hết thân tâm vào ngôi nhà của Như Lai, để tất cả đều là của Như Lai.' Nếu chúng ta chỉ biết nương tựa vào nguồn lực của chính mình trên con đường thiền tập, thì chẳng bao lâu ta sẽ bị cạn kiệt. Điều quan trọng ta cần nhớ là chính đức Phật bao giờ cũng đang trợ giúp ta qua muôn ngàn cách khác nhau. Có những **điều** rất dễ thấy, như là giáo pháp của ngài được trao truyền qua các thầy tổ, và cũng có những **điều** ta không thấy rõ. Có những sự giúp **đỡ** chỉ hiển lộ khi nào ta thật sự có niềm tin và biết nương tựa vào Phật. Niềm tin vào *Phật tánh* là một năng lượng rất to lớn vượt ra ngoài cái **ngã** nhỏ bé, có thể giúp ta rất nhiều khi chung quanh không còn gì **khác**. Đức Phật trên bàn thờ của bạn không phải chỉ là một hình tượng trưng bày suông."

Clark Strand
Tác giả một số sách Thiền học

16. Đừng thúc đẩy

"Trong nhà thiền có câu 'Khi ta ngồi như Phật là ta giết Phật.' Câu ấy có lẽ để dạy ta đừng chấp vào những hình tướng hoặc ý niệm có sẵn. Nhưng đối với tôi thì nó nhắc nhở rằng mình đừng nên cố gắng quá sức, thúc đẩy quá sức, đừng gắng trở thành Phật trong khi ngồi thiền."

Philip Ryan,
Thiết kế viên cho trang nhà *Tricycle*

17. Chấm dứt một cách cẩn trọng

"Khi bạn xả thiền, bạn hãy cẩn trọng chú ý đến cách mình mở mắt ra như thế nào. Hãy giữ cho trọng tâm vẫn đặt ở bên trong thay vì là tuôn ra bên ngoài. Và khi bạn đứng dậy bước ra khỏi toạ cụ cũng vậy, giữ cho trọng tâm vẫn nằm bên trong ta, càng lâu càng tốt. Vị thầy tôi, ngài *Ajaan Fuang* có dạy: 'Khi ta mới ngồi xuống thiền, phải mất **một** thời gian tâm mới trở nên an tĩnh và lắng đọng, nhưng vừa khi xả thiền xong, ta đứng lên và liệng bỏ nó ngay. **Như vậy có khác nào** khi leo thang ta bước từng bước một, chậm rãi lên đến lầu hai, và rồi phóng qua cửa sổ để nhảy xuống."

Thanissaro Bhikkhu,
Tu viện trưởng *Metta Forest Monastery*

Chỉ có sự thực tập

John Daido Loori là viện trưởng của thiền viện Zen Mountain Monastery, tại vùng núi Catskill ở New York. Ông đã được truyền tâm pháp từ cả hai trường phái Lâm Tế và Tào Động. Thầy ông là thiền sư Taizan Maezumi. Dưới đây là bài phỏng vấn ông về kinh nghiệm tu học áp dụng vào đời sống hằng ngày.

◆

Hỏi: Tôi sống một mình nên có thể dễ mang thiền tập vào đời sống hằng ngày. Nhưng tôi sợ rằng sự thực tập có làm cho tôi trở nên lập dị hay cứng nhắc quá không?

John Daido Loori: Tinh tấn thực tập không có nghĩa là ta sẽ trở nên cứng nhắc hoặc **khắt** khe. Khi ta cố gắng tự khép mình vào khuôn phép không có nghĩa là ta sẽ chấp chặt vào nó. Hai việc ấy hoàn toàn khác nhau. Nếu bạn không còn cảm thấy vui tươi và cởi mở nữa, tôi khuyên bạn hãy nhìn kỹ lại sự thực tập của mình, xem ta đang làm những gì. Ta muốn có tự do hay là muốn được thêm quyền hành? Thật ra con đường tu học chỉ mang ta đến sự giải thoát và thong dong mà thôi. Và sự thực tập phải mang lại kết quả ấy. Thay vì buộc chặt lại, ta phải tháo mở ra. Tôi có những người học trò lúc nào cũng rất khó **tính**, nhưng sau một năm ở tu viện họ trở nên cởi mở và dễ thương hơn. Và nếu như việc ấy không xảy ra **với** bạn, tôi khuyên bạn nên tự nhìn lại xem mình đang thực tập những gì và tu học như thế nào!

Hỏi: Trong nhà có cần thiết sắp đặt một nơi ngồi thiền riêng biệt và thanh tịnh không?

John Daido Loori: Trong nhà chúng ta nên có một nơi riêng biệt, thanh tịnh để ngồi thiền. Nhưng nơi ấy không cần phải cầu kỳ hay phức tạp quá. Chỉ cần một nơi mà mỗi khi bước đến bạn cảm thấy an tĩnh, tươi mát trong tâm, một nơi nhắc nhở ta trở về với sự thực tập của mình là được. Đó có thể là một góc phòng, với một toạ cụ và chiếc bàn thờ nhỏ, đơn giản. Mỗi khi ta bước vào khoảng không gian ấy, ta nên mặc áo lễ. Nếu không có áo lễ, ta nên chọn một loại y phục thoải mái, và y phục ấy chỉ dành riêng cho việc ngồi thiền.

Đôi khi, khoảng không gian ấy có thể là bất cứ nơi nào mà bạn ngồi xuống. Trong khi bạn ngồi thiền, khoảng không gian ấy sẽ tự nó có mặt và nới rộng ra quanh mình. Tôi đã ngồi thiền rất nhiều năm, nhưng có một lần trong khi đang ở phòng làm việc, tôi muốn ngồi xuống thiền. Tôi chợt có ý muốn thắp một nén hương trên chiếc gạt tàn thuốc nhỏ, và bỗng dưng có một cảm giác sâu sắc rằng đây là việc mà tôi sẽ làm suốt đời mình. Đối với tôi đó là một giây phút rất nhiệm mầu. Và từ hôm đó, tôi bắt đầu giữ lại hết những tro tàn của các nén nhang sau mỗi thời ngồi thiền. Sau một thời gian, tôi có đủ tro để làm thành một bát nhang để cắm hương vào đó. Trong mỗi khoá tu, hay mỗi lần đi tu học, tôi cũng thường góp nhặt những tro tàn ấy. Và bây giờ thì trong thiền viện của tôi, trên mỗi bàn thờ đều có một phần của những tro tàn ấy, chúng cũng là những hạt tro của buổi đầu tiên ấy, cách đây hơn ba mươi năm.

Cảm nhận ấy rất là mầu nhiệm. Nếu ta biết trân quý sự thực tập, nó sẽ nâng đỡ sự tu học của ta, và sẽ lan rộng đến những người chung quanh. Những thiền sinh mới bước vào thiền viện sẽ cảm nhận được rằng đây là nơi chúng tôi đã thực tập công phu nhiều năm tháng, và thật sự có một sự chuyển hóa. Sự quyết tâm và ý nghĩa ấy là một thông điệp rõ rệt gửi đến cho tất cả mọi người bước vào nơi này.

Hỏi: Tại sao khi ta thực tập ở nhà bao giờ cũng khó khăn hơn là khi ta sống trong một trung tâm tu học hay ở thiền viện?

John Daido Loori: Bạn nên nhớ điều này: Thật ra những gì bạn làm ở nhà, tự chúng không có gì khác biệt với khi bạn sống trong các trung tâm tu học! Cũng giống nhau thôi. Mỗi sáng chúng ta cũng đều thức dậy, rửa mặt và ngồi thiền. Rồi chúng ta cũng ăn sáng, dọn dẹp, thu xếp một chút, và bước ra cửa đi làm. Chiều về, chúng ta ăn tối, đọc sách, và ngồi thiền trước khi đi ngủ. Như vậy thì tại sao cũng làm cùng những việc như vậy nhưng khi ở nhà ta lại thấy khó khăn hơn khi ở Trung tâm? Thật ra, ở nhà hay ở Trung tâm thì nguyên tắc cũng đâu có gì khác biệt nhau đâu! Chỉ có một điểm khác biệt là khi ở Trung tâm ta có sự nâng đỡ của một chúng tu học - *sangha*. Nhưng tôi nghĩ, điều quan trọng là ta cần hiểu rõ thế nào là sự thực tập. Người ta thường nói: "Làm việc gì cũng là một sự thực tập!" Nói thì bao giờ cũng dễ. Nhưng ta thực tập như thế nào? Ta đang cố gắng **đến đâu** trên con đường tu học? Và thật sự thì ta muốn cố gắng **đến đâu**? Đó mới là điều quan trọng.

Hỏi: Nền văn hóa Tây phương rất nặng về phần tri thức, chúng ta được **giáo dục** để phát biểu, diễn **đạt** những hiểu biết bằng lời nói. Chúng ta sử dụng ngôn ngữ để trốn tránh thực nghiệm. Chúng ta có thói quen, lúc nào cũng "biết" ngay lập tức, đặt tên cho những gì mình kinh nghiệm, để khỏi phải thực sự tự mình **trải** nghiệm chúng.

John Daido Loori: Bạn nói rất đúng. Đó là một trong những vấn đề các vị giáo thọ ngày nay ở Tây phương gặp phải mà các vị Tổ ngày xưa không có. Phân nửa trong số các học trò của tôi là những người có bằng cấp tiến sĩ trong một ngành nào đó. Họ là **những** trí thức học rộng, hiểu nhiều, và có lẽ họ biết về giáo lý đạo Phật còn rành rẽ hơn tôi nữa. Những gì họ đọc được từ sách vở thì quá cao siêu! Và họ có khuynh hướng thu nhận tất cả vào như một hệ **thống** tri thức, và tôi cố gắng giúp họ làm sao để thể hiện và chứng nghiệm một cách cụ thể **những gì họ nói.**

Tôi có một nhận xét là đôi khi những người trí thức lại khó có một khả năng cảm xúc và bén nhạy. Tôi có một người học trò vô cùng thông minh. Anh ta cũng rất thành thật. Anh học về ngành triết học. Mới đây tôi khám phá ra rằng, khi anh ta làm thị giả cho tôi, anh không thể tập được những hành động **oai** nghi, cho dù là đơn giản hay nhỏ nhặt đến đâu, ví dụ như **việc** đặt một tách trà xuống chẳng hạn. Anh ta lúng túng vô cùng. Khi tôi theo anh bước ra ngoài, nhìn dáng anh đi, tôi có cảm tưởng rằng thân anh đang ở nơi này mà tâm anh đang ở một nơi khác.

Hỏi: Mối liên hệ giữa thân và tâm là như thế nào?

John Daido Loori: Chúng chỉ là một mà thôi. Thân và tâm là một, cả hai chỉ là một thực tại duy nhất.

III. KINH NGHIỆM TU HỌC

Một câu hỏi

Một tờ báo Phật học Hoa kỳ có nêu câu hỏi này đến với một số vị giáo thọ cũng như những hành giả có kinh nghiệm tu học về đạo Phật: "Bạn **có từng** thay đổi **suy nghĩ** về **vấn đề nào trong đạo Phật** chăng, và tại sao? Dưới đây là một số câu trả lời.

◆

Ông Jack Kornfield là một vị giáo thọ và cũng là sáng lập viên của trung tâm thiền tập Spirit Rock Meditation Center. Quyển sách mới nhất gần đây của ông là The Wise Heart: A Guide to the Universal Teachings of Buddhist Psychology. **Đây là câu trả lời của ông.**

Tôi đã từng đổi ý về **hàng** trăm **sự** việc, **mà** ví dụ cụ thể là **sự** cố gắng trong thiền tập. **Trước** đây tôi thường nghĩ là muốn đạt đến giải thoát chúng ta cần phải luyện tập như một chiến sĩ. Nhưng bây giờ thì tôi hiểu rằng, chúng ta cần phải thực tập như người mẹ hiền đối với đứa con sơ sinh. Cũng cùng một năng lượng ấy nhưng hai phẩm chất hoàn toàn khác nhau. Ta cần một tình thương và sự có mặt hơn là **sự** cố gắng đánh gục kẻ thù trên chiến trận.

Một vấn đề **khác** là tôi **từng** nghĩ rằng chỉ cần ngồi thiền là đủ. Chỉ cần ngồi thiền thôi ta sẽ có thể thay đổi hết tất cả mọi việc trong cuộc đời mình một cách trọn vẹn và tốt đẹp. Có thể đối với một số **ít người** là như vậy, nhưng nói chung thì việc ấy **rất khó** xảy ra. Đối với đa số chúng ta, thiền tập chỉ là một phần của vòng tròn *mạn-đà-la* giác ngộ, mà trong đó còn bao gồm cả một ý thức về thân, về những mối tương quan của ta với người chung quanh, về chánh ngữ, cũng như một lối sống chân chánh.

Tôi cũng **từng** nghĩ rằng sự tu tập thiền quán sâu sắc và hiệu quả chỉ có thể xảy ra ở các thiền viện Á châu hơn là ở Hoa Kỳ. Muốn thực tập một cách chân chánh và tận gốc, ta phải đi sang Thái Lan, Miến Điện hoặc là Ấn Độ hay Tây Tạng. Đa số những người như chúng tôi, đã có dịp tu tập ở Á châu, **đều đã từng** nghĩ vậy, và có lẽ một số người vẫn còn nghĩ như thế. Bây giờ, khi trở lại Á châu, tôi nhận thấy ở những nơi ấy, Thái Lan, Miến Điện hoặc là Ấn Độ hay Tây Tạng, họ có một sự thực tập rất sâu sắc. Nhưng sự thực tập sâu sắc ấy cũng đang có mặt ngay ở đây. Tôi tự nghĩ: "Thì ra đó chỉ là một ảo tưởng mình đã có mà thôi!"

◆

Ông John Tarrant là người hướng dẫn Pacific Zen Institute, chú trọng về thiền công án và nghệ thuật. Ông cũng là tác giả của những quyển sách về thiền công án.

Tôi nghĩ đó là một câu hỏi rất hay. Câu trả lời chính xác nhất mà tôi có thể có là tôi không có một ý nghĩ nào để thay đổi hết. Tôi đã thay đổi ý nghĩ của mình về vấn đề là chúng ta có một ý nghĩ.

◆

Ông Surya Das là một vị Lạt-ma người Hoa Kỳ tu theo truyền thống Phật giáo Tây Tạng. Ông cũng là tác giả của nhiều quyển sách về đạo Phật rất được ưa chuộng trên khắp thế giới.

Một điều mà tôi đã đổi ý là quan niệm cho rằng ngồi thiền tốt cho tất cả mọi người, hay đó là điều chính yếu trong Phật pháp. Theo kinh nghiệm của tôi thì thiền tập rất hữu ích, an lạc và vô cùng sâu sắc - nhưng tại sao chúng ta lại không tu tập theo một giáo pháp chân chánh? Tôi tin rằng một pháp môn *"chỉ có ngồi thiền"* không thể đầy đủ cho một cuộc sống tâm linh, với những liên kết mật thiết trong thế giới ngày nay. Theo tôi nghĩ, muốn có một cuộc sống tâm linh trọn vẹn, chúng ta nên chú ý đến vấn đề làm sao để khơi dậy được **tâm Bồ-đề** của mình. Thiền tập dễ bị sử dụng như là một sự trốn tránh, khi ta có thể lánh xa được những suy nghĩ, hoàn cảnh khó khăn và trách nhiệm của mình - ít nhất là cũng tạm thời.

Trong những năm qua tôi có một ghi nhận này, là nếu như một người nào đó quay vào bên trong nhiều quá, chỉ hướng theo một chiều duy nhất, họ có thể sẽ trở nên cố chấp và cứng nhắc, bớt đi sự dễ thương, lành mạnh và trong sáng của mình. Thiền tập nếu không có sự quân bình của tuệ giác và tâm từ, kèm theo với một cái nhìn rộng mở **thì** sẽ trở nên khô khan, cách biệt và xa lạ. Bây giờ tôi nghĩ, con đường tu tập giác ngộ của đạo Phật phải được thể hiện qua thiền tập trong mỗi hành động và sự sống, làm sao để mang năng lượng tỉnh thức vào mọi sinh hoạt, trong mỗi giây, mỗi phút.

◆

Ông Patrick McMahon vừa có một sinh nhật sáu mươi tuổi và kỷ niệm 40 năm trên con đường thiền tập theo truyền thống Zen.

Mới đây, tôi có dịp gặp lại và ngồi gần một người bạn đạo sau một buổi lễ tưởng niệm những người đã mất, cho các vị thầy cũng như trò, kể từ khi thiền viện *Tassajara Zen Mountain Center* được thành lập từ năm 1967 đến nay.

Lần đầu tiên tôi gặp *Jerome* là gần 40 năm về trước tại thiền viện *San Francisco City Center*. Lúc đó tôi độ chừng hai mươi tuổi, và anh lớn hơn tôi một chút. Thời gian ấy, anh *Jerome* cũng chẳng giữ chức vụ gì quan trọng đặc biệt trong thiền viện. Tôi vẫn thường tìm gặp anh để tán gẫu. Đối với tôi, anh là một vị Bồ Tát rất chín chắn trên đường giác ngộ.

Từ ngày rời xa thiền viện, trong nhiều năm qua thỉnh thoảng tôi vẫn nghĩ về anh, không biết anh ra sao, còn sống hay không.

Và bây giờ anh ngồi đây với tôi, vẫn còn đó - hay dường như là vậy. Tôi nhận ra anh ngồi nơi một góc cuối thiền đường, gương mặt cằn cỗi nhưng vẫn là anh, thân người cao lớn, dựa vào tường, dường như đang ngủ gục.

Sau buổi lễ tôi bước đến và tự giới thiệu với anh. Tôi nghĩ anh không nhận ra tôi, nhưng sau một hồi anh dường như nhớ lại và tỉnh hẳn lên. Tôi phải gắng nghe anh, giọng anh có **vẻ** như nói nhịu, miệng không còn một chiếc răng nào hết.

Thiền đường lúc ấy đã thưa người. Tôi **đỡ** anh đứng dậy và nhìn anh lom khom đi chậm đến bàn thờ thắp một nén hương. Còn bao lâu nữa tôi sẽ **thắp** một nén hương cho anh? Và rồi bao lâu nữa sẽ có người thắp cho tôi một nén hương?

Bốn mươi năm trước tôi không bao giờ tự hỏi hay là có những ý nghĩ đó, mặc dù đức Phật lúc nào cũng nhắc nhở về *"thời gian qua mau"*, mặc dù biết câu chuyện thái tử Sĩ Đạt Ta xuất gia tầm đạo sau khi tiếp xúc với người già, người bệnh và một xác chết.

Khi còn là một tu sĩ trẻ, tôi quan tâm đến thời ngồi thiền sắp tới của mình hơn, hoặc là khi nào đi tham dự khóa tu kế tiếp, hay là làm sao để được người khác chú ý. Trong những năm tháng tu tập khi còn trẻ ấy, sự giác ngộ đối với tôi có nghĩa là *"không bệnh, không già, cũng không chết"* của bài Tâm kinh **Bát Nhã** mà chúng tôi tụng mỗi ngày trong chánh điện.

Nhưng bây giờ, nhìn khói hương bay tỏa trong thiền đường, tôi đột nhiên ý thức được có một điều đang dần dà trở thành sự thật là: tất cả chúng ta, những huynh đệ tỷ muội của tôi, cũng chính là cái bệnh, cái già và rồi sẽ là cái chết. Rằng tất cả những gì đang trôi nhanh qua ta có thể nắm bắt được ngay trong giây phút này, nhưng lẽ dĩ nhiên cần **có sự thay đổi cái nhìn** đúng lúc ta mới có thể thấy.

◆

Anne Cushman là người điều hành chương trình huấn luyện Mindfulness Yoga tại trung tâm Spirit Rock Meditation Center. Cô cũng là tác giả của quyển Giác ngộ cho những người khờ (Enlightenment for Idiots).

Một sự thay đổi lớn lao nhất trong sự tu tập của tôi là bây giờ tôi không còn tin rằng "tôi" đang tu tập nữa. Tôi **từng** nghĩ rằng "tôi" phải ngồi thiền. Và đó cũng chính là cùng một cái "tôi" bận rộn, siêng năng và tự cao mà hằng ngày đi chợ, viết lách và thích khoe khoang với người chung quanh. Và bây giờ thì cái "tôi" ấy muốn tinh tấn thực tập chánh niệm, với một sự cương quyết được giác ngộ, và rồi cứ tự trách móc mình vì liên tiếp bị thất bại mãi.

Khi xưa, thiền tập cũng chỉ là một việc cần phải làm trong bản danh sách của "tôi", như là hoàn **thiện** một thế *yoga*, hay xếp quần áo ngay ngắn vào ngăn tủ vậy. Nhưng rồi cuối cùng tôi hiểu rằng, cái "tôi" giới hạn và nhỏ bé đó hoàn toàn không thích đáng cho tiến trình thiền tập. Bây giờ thì sự thực tập của tôi là tháo gỡ ra hơn là buộc thêm vào. Tu tập là làm sao để có thể nới lỏng và buông thả sự kìm kẹp của cái "tôi" ấy trong tâm, để ta có thể tiếp xúc được với một thực tại rộng mở lúc nào cũng có mặt, cho dù "tôi" đang làm bất cứ công việc gì.

◆

Ông Michael Wenger là một giáo thọ ở trung tâm San Francisco Zen Center.

Câu hỏi này nhắc nhở tôi một điều, là tôi không cần quan tâm nhiều đến những quan niệm cũ hay những gì mình đã **từng** suy nghĩ. Vấn đề là bây giờ tôi có thể biểu hiện được con tim biết thương yêu của mình ra không, và khuyến khích được người khác cùng làm như thế chăng?

◆

Ông Wes Nisker là một giáo thọ, một tác giả. Ông cũng là sáng lập viên và chủ biên tờ báo Phật giáo Inquiring Mind.

Khi xưa tôi nghĩ đạo Phật có thể giúp tôi thoát được khổ đau. Đó là trước khi tôi bắt đầu già đi và khôn ngoan hơn. Và không phải tuệ giác này đã làm tôi đổi ý về vấn đề chấm dứt khổ đau, mà thật ra là do cái già của chính mình. Vâng, tôi biết là không có ai già đi hết, cũng không có một cái tôi nào riêng rẽ cả, tất cả chỉ là những hiện tượng trống rỗng trôi lăn mà thôi. Nhưng khốn thật! Bây giờ thì tai tôi không nghe rõ như xưa, mắt tôi mờ và những khớp xương cũng cứng đơ, những bộ phận trong cơ thể tôi **phải rất cố gắng khi** làm công việc **trước đây** của **chúng**, và trí nhớ thì cứ lặp đi lặp lại như câu thần chú hai chữ *"Quên rồi!"*

Nhưng xin bạn đừng hiểu lầm tôi! Tôi cảm thấy vô cùng may mắn có được giáo pháp ngay cạnh bên khi sống qua giai đoạn này. Và tôi thường tập trở về nương tựa với giây phút hiện tại nhiệm mầu và trong sự ấm áp của tâm từ. Nhưng tôi vẫn đang sống trong một túi da thịt xương đang tiêu hoại, và có nhiều lúc, ít nhất là một lần mỗi ngày, tôi nguyền rủa cái hiện thân này, với những đau đớn và nhức nhối của nó, cũng như cái số phận trước mắt mà không ai tránh khỏi.

Không, giáo pháp này đã không giúp tôi chấm dứt được khổ đau. Nhưng tôi hứa là lần tới tôi sẽ cố gắng và tinh tấn nhiều hơn.

◆

Bà Sylvia Boorstein là một trong những vị thầy sáng lập trung tâm Spirit Rock Meditation Center tại thành phố Marin County, California. Bà cũng là tác giả của nhiều quyển sách về thiền tập Vipassana.

Tôi không dám nhấn mạnh về việc mình đã có những sự đổi ý nào về đạo Phật hơn **là sự thật này**: chính đạo Phật đã làm thay đổi ý nghĩ của tôi.

Ngày đầu tiên cách đây hơn 30 năm, sau khi lần đầu tiên nghe một bài pháp thoại, tôi cảm thấy phấn khởi và rất nhiều hy vọng, tôi tin rằng mình sẽ phát triển được khả năng đối diện được với tất cả những khó khăn trong cuộc đời. Tôi cảm nhận được từ những vị thầy mình là dường như họ ít sợ hãi về cuộc sống này hơn tôi.

Tôi rất tin vào giáo pháp của đức Phật. **Tôi đã có niềm tin** trước khi tôi thật sự hiểu thế nào là thiền tập, và ngay cả trước khi tôi hiểu rõ sự vận hành của tâm mình hay biết được thế nào là an lạc. Và chỉ bấy nhiêu thôi cũng đủ làm cho tôi rất hạnh phúc.

Và **đến** nay, sau nhiều năm tháng thực tập, tôi biết rằng tâm mình có thêm nhiều khả năng tiếp nhận hơn. Tôi chuyển hóa những khó khăn, bức xúc trong tâm dễ dàng hơn khi xưa. Tôi vẫn còn sợ hãi, nổi giận hay ganh ty... hay bất cứ một phản ứng tự nhiên nhất thời nào đó khi có việc xảy ra. Tánh tôi rất dễ phản ứng mà còn có khuynh hướng làm lớn chuyện nữa. Nhưng bây giờ thì tôi có ý thức và biết được việc gì đang xảy ra, và thường thì tôi dừng lại và phục hồi. Khả năng đối phó với những vấn đề khó khăn, trong tôi và chung quanh tôi, với một tình thương và tâm từ, bây giờ cũng được lớn mạnh hơn.

Tôi cũng biết có những giáo lý liên quan đến đạo Phật tiếp nhận được trên đường tu tập mà tôi không thật sự tin chắc, nhưng việc ấy không hề làm cho tôi phải lo nghĩ. Đó không là vấn đề. Tôi chỉ muốn làm sao để sự tu tập có hiệu quả. Tôi muốn chuyển hóa tâm sợ hãi thành một tâm tuệ giác và an lạc, và tôi tin việc ấy sẽ xảy ra. Đó mới là điều đã và đang rất quan trọng đối với tôi.

◆

Ông Will Stewart là người đã hành thiền theo truyền thống Zen hơn 25 năm.

Tôi không hề thay đổi ý nghĩ của mình về đạo Phật, nhưng tôi có thay đổi ý nghĩ về mình là ai.

Hạnh phúc chuyển trao

Daniel Goleman là một nhà tâm lý học nổi tiếng và cũng là tác giả của nhiều quyển sách về tâm lý học và thiền quán. Quyển *Emotional Intelligence* của ông đã được tờ New York Times xếp vào danh sách những quyển sách bán chạy nhất trong vòng hơn một năm rưỡi.

Và quyển sách mới nhất của ông cũng được đưa vào danh sách này là quyển *Social Intelligence* (*Trí tuệ xã hội*). Trong quyển này, ông có trình bày về những kết quả và khám phá mới nhất trong khoa thần kinh học (*neuroscience*) và sinh học (*biology*).

Theo những khám phá khoa học mới đây nhất thì bản chất con người là hiểu và thương. Không cần một cố gắng nào hết, chúng ta vẫn có thể cảm thấu được những niềm vui và nỗi khổ của người khác. Khi trong ta có một sự tĩnh lặng thì những người tiếp cận với ta, dầu đang có khổ đau, cũng sẽ tiếp nhận được năng lượng an lạc ấy của ta. Ta có thể giúp làm vơi được khổ đau của người khác bằng sự có mặt hạnh phúc an tĩnh của chính mình, ta không cần làm gì hết. Và đó là một sự thật đã được khoa học chứng minh.

Những khám phá mới của ông *Daniel Goleman* về phần óc xã hội (*social brain*) cho ta thấy rằng, chúng ta bao giờ cũng có thể mang lại hạnh phúc cho những người ta tiếp xúc, chỉ bằng sự có mặt an tĩnh của mình.

Dưới đây là cuộc đối thoại giữa bà *Sharon Salzberg*, người đồng sáng lập Trung tâm thiền tập *Insight Meditation Society* tại Barre, Massachusetts, và ông *Daniel Goleman* về một môn khoa học mới là *thần kinh học xã hội* (*social neuroscience*) và mối tương quan của nó với những giáo lý và thực hành trong đạo Phật.

◆

Sharon Salzberg: Trong quyển sách mới của ông, ông có nói về chủ thuyết của *Freud*, cho rằng khi một nhà **điều trị** phân tâm học biết lắng nghe những cảm xúc của chính mình thì **điều đó** cũng sẽ mở ra một cánh cửa giúp họ nhìn được vào thế giới cảm xúc của bệnh nhân. Đó có phải là một đầu mối cho chúng ta thấy rằng: Tất cả chúng ta cũng vậy, những kinh nghiệm nội tâm có thể là một phản ảnh rất chính xác cho thấy những gì người chung quanh ta đang kinh nghiệm?

Daniel Goleman: Đúng vậy! Thật ra, trong bộ óc chúng ta có những loại tế bào được gọi là "tế bào phản ảnh" hay là "tế bào thần kinh gương" (*mirror neuron*) Chúng giống như những tế bào thần kinh vô tuyến Wi-Fi, lúc nào cũng hòa điệu với các trạng thái tâm thức của người chung quanh trong mỗi giây mỗi phút, và chúng tái lập lại những tâm trạng ấy ngay **trong** bộ óc của chính ta - như là cảm xúc của người kia, cử động **và** ý muốn của họ.

Và điều ấy cũng có nghĩa là sự cảm thông không chỉ nhờ ta đọc được những dấu hiệu cảm xúc bên ngoài của một người nào đó, ví dụ như một cái nhíu mày, một giọng nói gắt gỏng chẳng hạn; **mà còn** nhờ **vào** những tế bào thần kinh phản ảnh này mà ta có thể cảm **thông** (*empathy*) được với **người** khác. Vì vậy, sự cảm **thông trước hết** có được là nhờ ta biết lắng nghe những cảm xúc của chính mình, **nhờ đó** ta có thể cảm nhận được rõ rệt những gì đang xảy ra với người khác.

Sharon Salzberg: Như vậy **điều này** cũng giống như một cái nhìn mới về **giáo lý tương thuộc** (*interconnectedness*) chăng?

Daniel Goleman: Đó cũng là lý do vì sao tôi rất say mê ngành mới của khoa thần kinh học **xã hội** (*social neuroscience*) này. Trong vài năm **gần** đây, các chuyên gia đã khám phá được phần óc xã hội (*social brain*) trong ta, những mạch thần kinh đã nối liền tất cả chúng ta lại với nhau qua mỗi sự tiếp xúc với người chung quanh. Và lẽ dĩ nhiên **điều này** cũng có **cả hai mặt** lợi và hại. **Chẳng hạn**, ta có thể phải tiếp nhận những cảm xúc tiêu cực, nguy hại, như khi ta chứng kiến những sự bạo động, cũng giống như khi ta phải hít thở khói thuốc của một người hút thuốc vậy. Và ngược lại, ta cũng có thể phóng tỏa sự an lạc, niềm vui của mình đến với những người mình **tiếp xúc**.

Tất cả chúng ta đều là một phần của một nền kinh tế cảm xúc vô hình, chúng ta lúc nào cũng trao đổi những cảm xúc, một sự *cho-và-nhận* luôn luôn xảy ra, cho dù ta có ý thức **được điều đó** hay không. Và câu hỏi quan trọng là, sau một cuộc tiếp xúc, những cảm xúc nào đã được trao chuyển - người ta cảm thấy hạnh phúc hơn hay phiền não hơn?

Sharon Salzberg: Nhưng làm sao ta có thể biết chắc rằng không phải ta đang nhìn thế giới chung quanh qua những phản ứng **theo** thói quen của mình? Qua sự mê mờ của chính mình?

Daniel Goleman: Nhờ ở những tế bào phản ảnh trong não bộ, khi ta lắng nghe những cảm xúc bên trong ta, **điều đó** sẽ đem lại một sự kết hợp giữa những phản ứng của chính mình với những gì ta tiếp nhận từ người **khác**. Vì vậy, vấn đề thử thách ở đây là làm sao ta có thể phân biệt giữa những gì là phản ứng của mình và những gì đến từ người **khác**.

Chẳng hạn như bạn **đang dự** một **bữa** tiệc và nói chuyện với một người nào đó, rồi bạn nhận thấy rằng cô ta không thật sự lắng nghe mà chỉ lo nhìn về hướng sau lưng bạn. Đó là một trường hợp rất thông thường và có thể được giải thích theo nhiều cách khác nhau, tùy theo cảm xúc và phản ứng theo thói quen của mỗi người. Nếu bạn là một người có nhiều mặc cảm tự ti thì ngay trong giây phút ấy bạn có thể cho rằng cô ta đang từ chối bạn, và sắp sửa bỏ đi. Mặc cảm ấy sẽ làm phát sinh ý nghĩ: "Cô ta không thích mình!" Nếu như bạn có một nỗi sợ bị đám đông từ bỏ, bạn có thể cảm thấy như mình là một người đứng ngoài và bị xa lánh. Và nếu bạn là một người tự cao, bạn có thể sẽ tự nhủ: "Người này chẳng đáng để cho mình phí thì giờ vô ích!" Tất cả những điều đó đều là những tưởng tượng trong óc ta. Chúng ngăn không cho ta cảm nhận được sự thật, chẳng hạn như người ấy có thể đang nhìn để tìm kiếm một ai đó mà họ muốn giới thiệu với ta.

Sharon Salzberg: Và ta cũng có thể chỉ cần đơn giản nhìn thấy điều đó cũng như là những ý nghĩ, giải thích của mình thôi, và không cần đánh giá điều đó có đúng hay không.

Daniel Goleman: Rất đúng như vậy. Đó cũng là một phản ứng, một thái độ có chánh niệm.

Sharon Salzberg: Theo như trạng thái mà ông diễn tả đó, khi chúng ta có những liên kết mật thiết và có ảnh hưởng lẫn nhau, vậy nếu ta lúc nào cũng cảm nhận trong mình những cảm xúc và ý muốn của người khác, sống trong một thế giới như thế, chắc lúc nào ta cũng bị tràn ngập bởi những dữ kiện mà mình phải tiếp nhận!

Daniel Goleman: Một tình trạng khó xử là phần óc xã hội sẽ luôn luôn khiến cho các cảm xúc có tính cách lây truyền. Nó có nghĩa là sự đồng cảm của ta cũng sẽ khiến cho ta trở nên dễ bị tổn thương trước những khổ đau chung quanh. Một ví dụ rất điển hình là trường hợp những người chuyên đi giúp đỡ những người khác, như là bác sĩ, y tá hay là các tác viên xã hội chẳng hạn. Điều này xảy ra khi người ta phải luôn đối diện với những khổ đau của con người, nhưng lại thiếu thốn một năng lượng tích cực bên trong, hoặc là không được sự giúp đỡ hay thiếu nơi nương tựa ở **môi trường** làm **việc** - và rồi họ hoàn toàn bị áp đảo.

Một đáp ứng lý tưởng nhất đối với những khổ đau là ta biết cảm **thông** (*empathize*), biết mở rộng ra trước những nỗi đau, nhưng vẫn giữ cho mình được an tĩnh và sáng tỏ. Và từ đó ta sẽ có được một giải đáp thích hợp bằng tình thương. Và ngay chính ở điểm này mà sự tu tập Phật pháp sẽ giúp ích cho ta rất **nhiều**.

Chúng ta biết rằng, những người có tu tập bao giờ cũng có một sự an tĩnh và sáng suốt, và cũng nhờ sự tĩnh lặng này mà những hành động đầy tình thương trở nên chính xác hơn. Vì vậy mà **vấn đề** ở đây là, sau một cuộc tiếp xúc, ai là người đã trao chuyển cảm xúc của mình sang người kia? Có phải là người đang bị khổ đau đã làm tràn ngập kẻ muốn giúp mình? Hay là người muốn giúp đã san **sẻ** sự tĩnh lặng và tình thương trong họ đến người kia, và ngay sau đó chính họ cũng cảm thấy hạnh phúc hơn?

Sharon Salzberg: Tôi thấy có rất nhiều người cảm thấy bị tràn ngập trước những khổ đau của kẻ khác. Họ cảm thấy ghê chán, họ cảm thấy sợ hãi vì sự cảm **thông** (*empathy*) và tình thương (*compassion*) dường như rất khác biệt nhau.

Daniel Goleman: Đúng vậy! Sự cảm thấu và tâm từ là hai giai đoạn trên con đường đưa ta đến một tấm lòng vị tha. Sự cảm **thông** chỉ có nghĩa là "Tôi cảm nhận được nỗi khổ của bạn." Tâm từ có nghĩa là "Tôi cảm nhận đủ để muốn giúp bạn bớt khổ đau."

Sharon Salzberg: Nhưng chỉ vừa đủ thôi vì tôi không muốn bị tràn ngập **bởi** khổ đau của người khác!

Daniel Goleman: Và ta cũng không cảm nhận đến mức cảm thấy mình bất lực.

Sharon Salzberg: Ông có thể trình bày rõ hơn về con đường từ khổ đau đi đến tâm từ chăng? Trong quyển sách của ông, ông có nói về vai trò của chánh niệm trong sự vị tha (*altruism*) - đó là một thái độ vừa tập trung, vừa cởi mở.

Daniel Goleman: Theo lý thuyết thì lòng vị tha là một tiến trình gồm có ba giai đoạn: ta ghi nhận có một người nào đó đang cần sự giúp đỡ, ta cảm nhận được khó khăn của người ấy, và ta hành động để giúp đỡ họ. Một sự cảm thông tự nhiên sẽ dẫn đến hành động. Nhưng nếu ta không có ý thức, không có sự chú ý, thì ta sẽ không thể nào có sự cảm thông được, chứ đừng nói gì đến tâm từ. Vì vậy mà bước đầu tiên để phát triển một tâm từ là một sự chú ý, một ý thức về những khó khăn của người khác. Điều đó chỉ đơn giản bắt đầu bằng một ý thức chánh niệm.

Sharon Salzberg: Lời tuyên bố đó của ông có vẻ hơi mạnh bạo quá!

Daniel Goleman: Tôi thấy trong thời đại ngày nay những lời như vậy cần phải được tuyên bố và nên lặp đi lặp lại nhiều hơn nữa. Chúng ta bây giờ không còn mấy ai tiếp xúc được với thực tại quanh mình, ta bị cách trở bởi những dụng cụ như điện thoại cầm tay, *Blackberries*, *e-mail*... và không còn kinh nghiệm được những giây phút tiếp xúc giữa con người với nhau nữa. Chúng ta bỏ lỡ những cơ hội chăm sóc những gì đang xảy ra với người khác và giúp đỡ khi cần thiết.

Khi sự chú ý của ta bị thu hút vào các dụng cụ điện tử này, chúng ta có cảm tưởng như mình đang tiếp xúc được với những người ở nơi xa xôi nào đó, trong khi lại hoàn toàn dửng dưng đối với một người đang ở ngay bên cạnh mình! Mặc dù đó là một sự thật rất hiển nhiên của thời nay, nhưng tôi muốn nói ra để thấy rằng sự chú ý của ta lúc nào cũng bị phân tán.

Sharon Salzberg: Và khi ta bắt đầu chú ý, ghi nhận, thì sự cảm thông trong ta sẽ tự động phát khởi.

Daniel Goleman: Ngay trong giây phút ta chú ý thì ta sẽ tự nhiên có sự cảm thông. Chức vụ của phần óc xã hội là như vậy. Khi ta chuyển sự chú ý của mình sang người kia, ta sẽ tự động cảm nhận được trạng thái tâm thức của họ ngay. Và nếu như họ có một khó khăn nào đó trước mắt, ta sẽ hành động để giúp họ. Phần óc xã hội được thiết kế để có một tiến trình ba bước: trước hết là ta ghi nhận, kế đến là cảm thấu, và sau hết là ta đáp ứng.

Sharon Salzberg: Theo tôi thì dường như có một giai đoạn ở giữa sự cảm thông và hành động, như khi ta thấy ai đó đang gặp khổ đau, nhưng tự mình lại cảm thấy sợ hãi hoặc ghét bỏ. Có phải ông nói rằng chúng ta trước tiên lúc nào cũng có một phản ứng là tình thương, nhưng điều đó có thể bị lấn át bởi sự sợ hãi hay ghét bỏ?

Daniel Goleman: Một triết gia Trung Hoa là Mạnh Tử có một ví dụ rất nổi tiếng, là tất cả chúng ta khi nhìn thấy một đứa bé đứng gần miệng giếng đều sẽ chạy đến cứu. Đó là một phản ứng tự nhiên và cấp thời của con người. Và nên nhớ rằng, trong tiến trình tiến hóa, những phản ứng này đã được ăn sâu vào óc ta, giúp ta được sinh tồn trong những nhóm nhỏ, giữa một thế giới đầy nguy hiểm. Chúng ta sẵn có bản năng tự nhiên là giúp đỡ người khác khi họ gặp khó khăn.

Nhưng vấn đề lưỡng nan là cấu trúc của xã hội ngày nay đã ngăn trở, khiến chúng ta ít có cơ hội thật sự đối diện với những người đang rất cần được giúp đỡ một cách trực tiếp.

Sharon Salzberg: Nhưng dù ta có thấy người nào đó đang gặp khó khăn, có thể ta bị một sự kỳ thị nào đó xen vào hành động của mình chăng? Nếu như đứa bé của ngài

Mạnh Tử là một đứa bé có màu da khác với mình, mà ta được dạy kỳ thị từ nhỏ, thì phản ứng thuộc bản năng đó có bị ảnh hưởng gì không, ví dụ như **những ý nghĩ**: "Tôi không ưa đứa bé đó" hoặc "Tôi sợ!"

Daniel Goleman: Hoặc là: "Ồ, tôi đang bận, có hẹn quan trọng, phải đi ngay bây giờ!" Theo tôi nghĩ, vấn đề chánh ở đây không phải là sự khác biệt giữa "ta" và "người **khác**", mà là một sự vị **kỷ** thì đúng hơn. Nếu chúng ta thấy người kia như là một đối tượng **vật thể** hơn là một con người **sống**, thì ta sẽ không có một sự cảm **thông** nào hết, và ta cũng sẽ không phản ứng. Đó là con đường đi đến sự thù ghét. Nhưng nói **đến sự** giúp **đỡ** thì thường chính vì thái độ vị kỷ của mình khiến ta không thấy được những nhu cầu của người khác. Vì vậy, kẻ thù của tâm từ là sự bận tâm, luôn nghĩ về cái tôi, cái *ngã* của chính mình.

Sharon Salzberg: Nếu người ta đang tiếp **xúc** không có khổ đau nhưng lại đang công kích ta, bày tỏ một sự giận dữ hay thù ghét đối với ta thì sao?

Daniel Goleman: Khi chúng ta tiếp cận với những ai đang gặp khổ đau, trong ta sẽ tự **nhiên** có một mạng dây tâm từ được bật sáng lên. Và cũng vậy, khi ta đối diện với một sự giận dữ hay bạo động, trong ta sẽ có một mạng dây khác được bật lên. Bộ óc ta cũng được **thiết đặt** để phản ứng ngược lại bằng sự sợ hãi hoặc tức giận.

Các nhà tâm sinh lý học (*psycho-physiologists*) nghiên cứu về những vấn đề trong hôn nhân, bất hòa giữa vợ chồng gọi trường hợp này là "*vòng xoắn đi xuống*" (*downward spiral*), khi thái độ công kích của người này lại **kích hoạt một** phản ứng giống y như vậy ở người kia. Đó là một vòng tròn trách móc mà cái này **kích** động cái kia, và mỗi lúc càng đi xuống sâu hơn.

Nhưng nếu ta có một sự an tĩnh và tâm từ **rộng lớn** - hay một thái độ nhẹ nhàng, khôi hài về mọi việc - ta có thể thoát ra khỏi được vòng xoắn đó.

Sharon Salzberg: Nhưng có phải ý ông muốn nói rằng những khó khăn này là do điều kiện **bên ngoài** chứ tự bản chất chúng ta không phải là như vậy?

Daniel Goleman: Đúng vậy! Chúng ta không phải như thế. Phần óc xã hội của ta lúc nào cũng thiên về sự cảm **thông** và tâm từ.

Ngày nay, chúng ta quen sống trong những môi trường rất giả tạo so với sự tiến hóa lâu dài của loài người. Và ta chấp nhận những hoàn cảnh này như là một điều rất bình thường. Hãy nhìn lại lịch sử loài người, ta sẽ thấy rằng thật ra **đó** là một sự lệch lạc rất lớn. Tôi nghĩ, trong thời đại ngày nay chúng ta cần nuôi dưỡng tâm từ nhiều hơn, để có thể khơi dậy bản chất trong sáng, biểu lộ tình thương một cách tự nhiên hơn dù đang ở giữa một cuộc sống tân tiến **có khuynh hướng** làm mờ nó đi.

Sharon Salzberg: Vì vậy chúng ta cần thực tập sống có ý thức hơn, biết chú ý hơn, thay vì nhắm mắt mà đi trong sương mù như vẫn thường làm.

Daniel Goleman: Không những chúng ta cần biết chú ý hơn mà còn **phải** quay về với chính mình nữa. Bằng cách thực tập **và** phát triển, ta sẽ biểu lộ **tình thương** dễ dàng hơn trong những lúc cần thiết.

Sharon Salzberg: Đúng vậy. Tôi thấy điều rất thú vị là một phần việc làm của chúng ta là biết cởi mở ra, biết chú ý hơn; Một phần là luôn thực tập đáp ứng bằng một tâm từ, nhờ vậy mà khi có **những** sự sợ hãi hoặc khó khăn nào khác khởi lên, chúng sẽ không thể lấn áp được. Và một phần của công việc là nuôi dưỡng tâm buông xả, dùng chữ trong nhà Phật, như ông vừa trình bày.

Daniel Goleman: Đúng vậy. Sự buông xả sẽ cho phép chúng ta ghi nhận được nỗi đau của người khác trong khi ta vẫn có đủ tĩnh lặng để làm những gì mình cần làm.

Sharon Salzberg: Và đây cũng là phương thức rất quan trọng mà chúng ta cần học hỏi và thực hành, đặc biệt là trong sự hướng dẫn và lãnh đạo người khác.

Daniel Goleman: Rất đúng như vậy. Những khám phá mới cho ta thấy cái bộ óc của người hướng dẫn, lãnh đạo cũng liên kết chặt chẽ với bộ óc của người làm việc dưới quyền họ. Vì vậy, bổn phận của người hướng dẫn là giúp cho người khác có được một tâm trạng thích hợp để thực hiện tốt công việc.

Trách nhiệm của các bậc thầy đối với học trò cũng vậy. Khi người ta vui vẻ, phấn khởi, và tỉnh táo, đầu óc làm việc rất hữu hiệu. Nếu một người chủ hay chê trách nhân công, hay một người thầy thường la mắng học trò của mình, đó là họ đang tự phá hoại công trình của chính họ. Nếu phải phê bình cấp dưới, ta nên chọn những lời tích cực, khuyến khích, hơn là những chê bai và trách móc.

Vì vậy những người có trách nhiệm hướng dẫn nên nhớ rằng, họ cũng có trách nhiệm một phần nào đến trạng thái bộ óc của người khác, và nếu ta biết chăm sóc, điều đó sẽ mang đến nhiều hiệu năng tốt đẹp.

Sharon Salzberg: Tôi còn nhớ một vị thầy của tôi là ngài *Munindraji*, trong những ngày đầu trên con đường tu tập, ngài có bảo tôi rằng: "Sự giác ngộ của đức Phật đã giải quyết xong vấn đề của Ngài, còn bây giờ cô hãy lo giải quyết vấn đề của cô đi!" Lời nói đó đã mang lại cho tôi một sự tự tin rất lớn, tôi có cảm tưởng rằng ngài *Munindraji* rất tin tưởng vào tôi. Tôi thường nghĩ rằng, những gì quý báu nhất mà ta có thể nhận được từ vị thầy của mình là niềm tin của họ vào ta.

Daniel Goleman: Tôi cũng nghĩ vậy. Những vị giáo thọ rất khôn khéo trong khoa trí tuệ xã hội (*social intelligence*), bao giờ họ cũng mừng vui trước tiềm năng tự giải thoát của học trò mình. Trong một cộng đồng, một tăng thân, chúng ta cũng có thể làm việc ấy cho nhau, hãy hoan hỷ trước những tài năng của nhau.

Sharon Salzberg: Tôi có nhớ đến một thí nghiệm nghiên cứu về ảnh hưởng của việc người khác nắm tay mình trong khi chụp cộng hưởng từ, MRI.

Daniel Goleman: Đó là một nghiên cứu rất quan trọng được thực hiện bởi *James A. Coan* trong phòng thí nghiệm của *Richard Davidson* tại trường Đại học *Wisconsin*. Một phụ nữ nằm trong máy chụp ảnh bộ não và đang hồi hộp chờ đợi một dòng điện vừa đủ mạnh chạy qua cơ thể. Cô ta tỉnh táo và hoàn toàn hiểu biết. Trong khi cô nằm đó, có người đến gần nắm tay cô. Nếu đó là một người xa lạ thì mức độ lo âu của cô được giảm xuống đôi chút. Nếu người đó là chồng cô thì mức độ lo âu của cô tụt xuống chỉ còn số không.

Cuộc thí nghiệm ấy, và nhiều cuộc thử nghiệm khác nữa, cho thấy rằng chúng ta là những sinh vật đồng minh của nhau. Một người chỉ cần đơn giản nắm tay người khác, hay chỉ bằng sự có mặt an tĩnh cũng có thể tạo nên một ảnh hưởng rất sâu sắc và rộng lớn đến người kia trên cả hai lãnh vực cảm xúc lẫn sinh vật lý. Đối với những người đang bị bệnh thập tử nhất sinh chúng cũng có thể mang lại một sự thay đổi lớn trong bệnh lý. Nhưng ngoài những cái đó ra, tâm từ, tình thương tuy không thể trực tiếp trị được căn bệnh, nhưng có khả năng làm giảm bớt khổ đau do cơn bệnh ấy gây ra.

Chánh niệm và thiền quán là những gì có thể mang lại lợi ích cho riêng ta. Nhưng những khám phá mới về sự liên kết của phần óc xã hội cho thấy rằng, ta có thể mang sự an tĩnh của mình đến với người chung quanh. Và đây không phải là một lý thuyết xa vời, thật ra nó đã được chứng minh bởi khoa học, đó là một sự cảm xúc lan truyền. Nếu ta có một người thân đang gặp khổ đau, và nếu ta có được sự an tĩnh, buông xả và tâm từ, sự có mặt của ta chắc chắn sẽ giúp được người ấy rất nhiều. Đây không chỉ là một chuyện tốt nên làm, mà là một điều rất hữu hiệu cần phải làm.

Và cũng vì vậy mà chúng ta bao giờ cũng thích gần gũi hoặc muốn được diện kiến những bậc chân tu, những người có tâm từ, có sự buông xả, vì ta thật sự có thể tiếp nhận được trạng thái tâm thức an lạc của các vị ấy. Sau khi ta có dịp tiếp cận với các vị ấy, chỉ cần có mặt thôi, khi trở về ta vẫn mang theo được một phần sự an lạc của họ.

Sharon Salzberg: Chả trách gì mà tôi cứ theo đức *Đạt-lai Lạt-ma* bất cứ nơi nào ngài đến. Tôi nghĩ, những nghiên cứu và khám phá của ông rất lớn lao và **mang lại** đầy hy vọng - trong lúc có biết bao nhiêu người đang sống trong tuyệt vọng, họ **sẽ** có dịp nhìn lại và thấy rằng: Tất cả chúng ta đều có liên hệ với nhau, mọi việc có thể được tốt đẹp hơn.

Daniel Goleman: Vâng, những dữ kiện tôi thu thập được rất **đáng** phấn khởi. Và cô biết không, nó đang bắt đầu ngay bây giờ và ở đây.

Hạnh phúc chân thật là gì?

Ông Allen Wallace là một học giả và cũng là một nhà Phật học Hoa Kỳ nổi tiếng. Ông đang điều hành những chương trình dài hạn tại Santa Barbara Institute và Đại học UCLA, nghiên cứu về sự liên hệ giữa thiền tập và hạnh phúc. Dưới đây là bài phỏng vấn ông Allen Wallace về đề tài thế nào là chân hạnh phúc.

◆

Hỏi: Thế nào là một hạnh phúc chân thật?

Alan Wallace: Tôi thích dùng chữ "*sự hoàn thiện nhân tính*" hơn, theo nghĩa gốc dịch từ tiếng Hy Lạp là *eudaimonia*. Chúng ta thường dịch là "*hạnh phúc chân thật*", nhưng "*sự hoàn thiện nhân tính*" thì chính xác hơn.

Hỏi: Và hạnh phúc ấy sẽ mang lại cho ta những gì?

Alan Wallace: Một cuộc sống có ý nghĩa.

Hỏi: Cái gì làm cho cuộc sống có ý nghĩa?

Alan Wallace: Theo tôi thì đó phải là cho mỗi ngày chứ không phải cho **toàn bộ** một cuộc đời. Tôi thấy có bốn yếu tố cho một ngày hạnh phúc.

Thứ nhất là ngày hôm nay mình có sống trong giới hạnh hay không? Ở đây tôi chỉ nói về những **giới luật** căn bản trong đạo Phật thôi, ví dụ như đừng làm hại ai, đừng nói nặng lời với ai, cố gắng thực tập từ bi và chánh niệm.

Điều thứ hai là tôi cảm thấy hạnh phúc thay vì khổ đau. Tôi đã gặp những người có tu tập, lúc nào họ cũng biểu lộ một sự bình an trong **từng** bước đi, trong **cách ứng** xử với những khó khăn trong cuộc sống và khi tiếp xúc với người khác.

Điều thứ ba là đi tìm sự thật, muốn thấy và hiểu rõ được thực tại, chân tướng của chính mình và cuộc sống. Và ta có thể ngồi yên trong căn phòng nhỏ của mình mà vẫn có thể làm được **tất cả** những việc ấy. Nhưng có điều không có ai **trong chúng ta** là riêng rẽ và **tồn tại** độc lập cả. Vì vậy, muốn có một đời sống hạnh phúc, ta phải trả lời câu hỏi thứ tư: "Ta mang lại gì cho cuộc đời này?"

Nếu tôi có thể nhìn lại một ngày trong đời mình và thấy có đủ bốn yếu tố: giới hạnh, hạnh phúc, sự thật và biết nghĩ đến chung quanh, thì tôi có thể nói rằng "Tôi là một người có hạnh phúc."

Vấn đề hạnh phúc không hề tùy thuộc vào **số tiền gửi** ngân hàng của ta, hoặc thái độ của **người** vợ hay chồng, vào công việc làm hay **mức** tiền lương. Ta có thể sống một đời tròn đầy ý nghĩa, **dù** ta chỉ còn lại mười phút để sống trên cuộc đời này.

Hỏi: Trong bốn yếu tố ấy không có yếu tố sức khoẻ, vậy sức khoẻ không là một yếu tố quan trọng sao?

Alan Wallace: Sự thật là không! Một người học trò của tôi mang một chứng bệnh nan y **hiếm gặp**, mỗi ngày đều phải vào bệnh viện để chữa trị và **dùng** thuốc. Và anh phải sống như vậy trọn **phần** đời còn lại. Ta có thể nói: "*Thật là tội nghiệp và khổ cho anh! Hoàn cảnh đáng thương quá!*"

Nhưng ngày hôm kia tôi gặp anh, anh bảo tôi: "*Alan này, tôi đang* **hạnh phúc**!" Và tôi thấy anh thật sự **hạnh phúc**. Anh ta tìm được cho mình con đường đi giữa những giới hạn, và trong những điều kiện **hiện** có. Tâm ý anh trong sáng. Anh đọc sách, anh viết bài, anh tăng trưởng... Anh ngồi thiền mỗi ngày, và anh còn dạy thiền cho các bệnh nhân nan y khác trong bệnh viện nữa.

Anh ta sống một cuộc sống **tràn** đầy ý nghĩa, và anh có thể thành thật nói rằng mình đang hạnh phúc.

Hỏi: Bí quyết của anh ta là gì?

Alan Wallace: Anh ta không đi tìm hạnh phúc ở bên ngoài. Khi chúng ta trông cậy vào địa vị, tiền bạc, vào vợ hay chồng mình để **có được** hạnh phúc, thì ta sẽ không bao giờ có hạnh phúc! Vì chúng ta **nương tựa** vào những **thứ** không phải của mình. Hơn nữa, những người chung quanh cũng đang tranh **giành** với ta những thứ tiền bạc, địa vị... ấy, mà **những thứ ấy** đâu có dư dả **đủ** cho tất cả mọi người. Điều đáng buồn là vậy.

Hỏi: Còn điều đáng **mừng**?

Alan Wallace: Điều đáng mừng là hạnh phúc chân thật không bày bán ngoài phố chợ **để ai** có tiền là có thể mua về. Một trong những bí mật ít ai khám phá được là: Hạnh phúc mà ta đang đi tìm ở những chức vụ cao, trong một người chồng hay người vợ gương mẫu, đứa con ngoan, sức khoẻ đầy đủ, việc làm tốt, có an ninh, có diện mạo đẹp... thật ra lúc nào cũng đang có sẵn trong ta, chỉ cần ta tiếp xúc mà thôi. Thay vì đi tìm bên ngoài thì tại sao ta không thử quay vào tìm trong chính mình xem sao!

Nhưng điều ấy không có nghĩa là ta sẽ không **lập gia đình**, **không** mua xe hay tìm một việc làm **vừa ý**... Tôi chỉ muốn nói rằng, nếu bạn có hạnh phúc thì hạnh phúc ấy không hề tùy thuộc vào những yếu tố bên ngoài, vì chúng không nằm trong sự kiểm soát của bạn.

Hỏi: Mọi người ai cũng nói rằng tiền bạc, địa vị không mang lại hạnh phúc, nhưng có mấy ai thật sự sống **theo quan điểm đó đâu**?

Alan Wallace: Thật ra thì trong thâm tâm chúng ta chưa thật sự có niềm tin. Chúng ta vẫn đi tìm kiếm bên ngoài, đeo đuổi những gì mà ta nghĩ **là** sẽ mang lại hạnh phúc - danh vọng, chức vụ, tình yêu, một sự **bảo đảm** về tiền bạc và tình cảm. Chúng ta không có hy vọng và niềm tin vào một hạnh phúc chân thật nào đó. Ta tự nhủ: "Có lẽ hạnh phúc chân thật không **thật** có, **chỉ** nói nghe **cho** hay ho vậy thôi. Mình thì bằng lòng với một **máy nghe nhạc bỏ túi** hay một tivi màn hình lớn... như vậy là vui rồi. Không đòi hỏi hay cầu mong gì xa xôi **hơn nữa**..." Hoặc cũng có người nói rằng: "Thôi đừng nói chuyện hạnh phúc, chỉ **gắng** qua được ngày hôm nay là đủ khoẻ rồi!" Tôi nghĩ họ cũng đáng thương thật!

Hỏi: Như vậy đó có phải là một sự tuyệt vọng không?

Alan Wallace: Đó là một trạng thái mà tâm ta không còn không gian nữa, ta đánh mất đi một cái nhìn rộng lớn. Tôi nghĩ tới tâm từ (*metta*). Khi thực tập tâm từ, chúng ta bắt đầu bằng tình thương với chính mình. Nhưng điều ấy không có nghĩa là: "Công việc nào tốt nhất cho tôi đây? Lương bao nhiêu là xứng đáng với mình đây?" Nhưng chính là: "Làm cách nào để ta được **hạnh phúc**?" "Ta nên sống cách nào để ta có hạnh phúc, an lạc và có ý nghĩa?"

Và sau đó ta nói rộng cái nhìn đó ra: "Làm thế nào để những người đang sống trong khổ đau tìm được một hạnh phúc thật sự?"

Hỏi: *Shantideva* nói: "Những kẻ trốn tránh khổ đau lại cắm đầu lao vào khổ đau. Chính vì sự tham muốn hạnh phúc mà họ vô tình phá vỡ hạnh phúc đang có và xem chúng như kẻ thù." Tại sao lại như vậy? Tại sao chúng ta lại ít ai chọn con đường tu học, nếu như nó có thể mang lại cho **ta** một hạnh phúc chân thật?

Alan Wallace: Thật ra câu trả lời là vì chúng ta không hề biết **điều** gì có thể mang lại cho **ta** một hạnh phúc thật sự. Cần phải có một thời gian dài và những kinh nghiệm khổ đau trước khi ta **thức** tỉnh và ghi nhận được những gì đang xảy ra. Chúng ta bị **trói** chặt vào những hình tượng, ý niệm trong đầu: "Phải chi vợ hay chồng tôi là người như vậy, phải chi tôi có được công việc như vậy, có được một số tiền như vậy, **sắc đẹp** tôi như vậy, sức khoẻ tôi như vậy... tôi sẽ có hạnh phúc." Nhưng đó chỉ là ảo tưởng thôi.

Chúng ta ai cũng biết, những người có đủ sức khoẻ, tiền bạc, địa vị, tình yêu... nhưng vẫn mang đầy khổ đau. Những người đó là thầy của chúng ta, vì họ dạy cho ta một bài học lớn. Họ dạy cho ta thấy rằng, mình có thể trúng một tấm vé số lớn của cuộc đời nhưng vẫn trật tấm vé số của hạnh phúc.

Hỏi: Khi nói về một *"hạnh phúc chân thật"*, có lẽ ông **muốn** ám chỉ rằng trong cuộc đời còn có những loại hạnh phúc khác nữa?

Alan Wallace: Phải rồi! Chúng ta thường lầm lẫn **những gì** đức Phật gọi là *bát phong*, tám ngọn gió xao động của cuộc đời, và cho đó là hạnh phúc. Tám ngọn gió ấy là muốn thịnh mà không suy, muốn vui mà tránh khổ, muốn được khen mà không bị chê, muốn danh vọng mà không bị khinh thường. Nhưng ta phải nhớ điều này, thật ra không có gì là sai quấy với **những sự** giàu có, vui **mừng**, được khen **ngợi hay** có danh tiếng. Ví dụ như nói về sự giàu có, giả sử ta có một chiếc áo mới, nếu ta bỏ chiếc áo mới ấy đi, ta có **thành** một người tốt đẹp hơn không? Lẽ dĩ nhiên là không! Thật ra không có gì là sai quấy với **sự sở hữu**, nhưng **thật** hết sức sai lầm nếu ta cho rằng **điều** đó có thể mang lại hạnh phúc **cho ta**.

Hạnh phúc chân thật là tiếp xúc với gốc rễ của hạnh phúc chứ không phải chỉ nắm bắt những yếu tố có thể hoặc không thể **tạo thành** hạnh phúc. Và sự khác biệt giữa tu tập **với** sự đuổi bắt tám ngọn gió xao động của cuộc đời là ở chỗ đó. Cũng có người tu tập vì mục đích muốn thoả mãn **tám** ngọn gió ấy, muốn tìm được một niềm vui thú trong thiền tập. Họ xem thiền tập như một tách cà phê, một cuộc chạy bộ thể dục, hay **sự xoa bóp khoan khoái** vậy. Thật ra **những điều** đó cũng không có gì là sai quấy hết, nhưng **chúng** rất giới hạn. Thiền tập có thể làm một việc mà **sự xoa bóp**... không thể làm được, nó có thể chữa lành những vết thương trong tâm ta.

Hỏi: Con đường hạnh phúc này dường như đòi hỏi ta phải có một niềm tin và sự buông bỏ rất lớn. Điều ấy hơi đáng sợ một chút. Nếu như tôi buông bỏ hết những thứ bên ngoài ấy thì tôi sẽ trở thành gì đây?

Alan Wallace: Thật ra chúng ta không cần nhảy vào chỗ nước sâu làm gì. Điều đó cũng giống như là một ngày nào đó tự nhiên ta hứng khởi lên rồi tuyên bố: "Thế giới này như căn nhà lửa, đầy khổ đau. Tôi sẽ từ bỏ tất cả để đi tìm một niềm an lạc theo Phật pháp." Rồi chừng vài ngày, vài tuần hay giỏi lắm là vài tháng sau, ta sẽ nói: "Ái chà, sự tu tập này cũng đâu có gì là hạnh phúc hay an lạc như họ nói đâu, mà không biết cái máy nghe nhạc bỏ túi, cái tivi hay cô tình nhân cũ của mình đâu rồi nhỉ, có ai biết đâu rồi không?"

Vì vậy vấn đề không phải là lập tức xả bỏ tất cả mọi thú vui của cuộc đời và chỉ thực tập giáo pháp sâu xa của Phật pháp. Cũng giống như dạy một đứa trẻ mới tập bơi vậy, ta đâu có thảy đứa bé vào chỗ nước sâu rồi xem chuyện gì sẽ xảy ra! Trước tiên ta phải tập cho nó bơi ở nơi cạn cho quen dần. Cũng vậy, ta hãy bước đi chậm mà vững. Bắt đầu bằng việc ngồi thiền một chút vào mỗi sáng và mỗi tối, xem điều đó ảnh hưởng đến một ngày của ta như thế nào. Dần dần ta sẽ nếm được mùi vị của đạo pháp. Ta có thể sẽ cảm thấy rằng: "Cũng thú vị đó chứ! Ta cảm thấy hạnh phúc hơn. Mà không chỉ có hạnh phúc thôi, ta còn có chút đạo hạnh nữa. Ta thấy được thực tại rõ ràng hơn. Và nếu muốn, bây giờ ta có khả năng giúp được người chung quanh và cuộc đời hữu hiệu hơn nhờ sự thực tập."

Ta thật sự có hạnh phúc hơn, và ta cũng sẽ có niềm tin vào con đường mình đi hơn. Tám ngọn gió xao động của cuộc đời vẫn thổi, chúng vẫn tiếp tục đến rồi đi. Chúng vẫn có mặt, nhưng bây giờ ta có thể sử dụng chúng để hỗ trợ thêm cho sự thực tập của mình.

Hỏi: Như vậy ta có thể kết luận rằng con đường tu tập của đức Phật không phải chỉ để giác ngộ dưới cội bồ-đề, mà còn để mang lại hạnh phúc cho kẻ khác?

Alan Wallace: Tôi tin rằng đức Phật đã chứng nghiệm được một điều rất sâu sắc và phi thường dưới cội bồ-đề. Nhưng ngài cũng ý thức rằng, sự giác ngộ đó sẽ không có kết quả viên mãn nếu ngài không chia sẻ với kẻ khác. Giác ngộ không phải là cho riêng chính mình: "Bây giờ thì tôi ngon lành rồi. Xong việc, đến nơi, nghỉ được rồi!" Thế giới chúng ta được chuyển hóa nhờ sự có mặt của đức Phật trên cuộc đời này. Nhưng không phải là 49 ngày ngài ngồi dưới cội bồ-đề khiến cho cuộc đời này được chuyển hóa, mà chính là 45 năm sau đó, khi đức Phật đi gặp gỡ và tiếp xúc với đủ các hạng người bần cùng, vua chúa, chiến sĩ, kẻ ăn mày... Gặp ai ngài cũng chia sẻ sự giác ngộ.

Vì thế, trở lại với bốn yếu tố mà tôi đã nêu, khi ngồi dưới cội *bồ-đề* là đức Phật phát huy ba yếu tố đầu: đạo hạnh, hạnh phúc và sự thật. Và 45 năm sau đó ngài phát triển yếu tố thứ tư, mang hạnh phúc vào cuộc đời. Và theo tôi đức Phật chính là khuôn mẫu của một cuộc sống hạnh phúc và tràn đầy ý nghĩa.

Nhưng ở đây tôi cũng phải cảnh giác các bạn, đôi khi nếu muốn tiếp xúc với hạnh phúc chân thật, các bạn cũng phải chịu khó từ bỏ cái máy nghe nhạc bỏ túi hay cái tivi màn hình rộng của mình!

Tu tập thế nào cho có kết quả ?

Hỏi: Tôi là một Phật tử và cũng đã hành thiền hơn hai mươi năm. Nhưng tôi chưa bao giờ thật sự kinh nghiệm được một sự an lạc lâu dài. Tôi cũng đã học hỏi và thực hành theo nhiều lời dạy của các thiền sư, nhưng sao thấy mình vẫn bị sai xử bởi những cảm xúc và thói quen cũ. Nhiều lúc tôi tự hỏi: *"Mục đích để làm gì đây?"* Tôi cần phải làm gì bây giờ?

◆

Dưới đây là câu trả lời của các bậc thầy có nhiều kinh nghiệm trong sự hướng dẫn tu học.

Blanche Hartman: Câu hỏi của bạn là câu hỏi chung của đa số chúng ta. Khi ta bắt đầu bước chân vào con đường tu học, lẽ dĩ nhiên ai cũng muốn có được một số kết quả nào đó. Có thể mục đích của ta là vì muốn được cải thiện, hay muốn khám phá những gì mình thiếu sót. Thật ra khi ta tu tập, hành thiền, chắc chắn là sẽ có một sự chuyển hóa. Chỉ có điều là sự chuyển hóa ấy có thể khác với ý ta nghĩ, hoặc không đúng theo kỳ vọng của ta mà thôi.

Bạn cũng không nói rõ là bạn có đang theo sự hướng dẫn của một vị thầy hay một tăng thân nào không, sự thực tập của bạn có đều đặn hay là **thất** thường, bạn có tham dự những khóa tu nhiều ngày **hay** không. Những điều ấy rất quan trọng, chúng có ảnh hưởng lớn đến con đường tu tập của bạn.

Mặc dù trong giai đoạn ban đầu chúng ta cần phải có một mục đích trong sự tu tập, nhưng nếu ta làm gì cũng phải có một mục tiêu thì điều đó có thể trở thành một trở ngại lớn trên đường tu học. Thiền sư *Suzuki Roshi* có nói: "Tự mỗi chúng ta đều rất vẹn toàn," "Ta có tất cả những gì mình đang cần," và "Ta đang sống như vậy là đầy đủ rồi." Và cũng phải mất một thời gian khá lâu tôi mới thật sự hiểu thấu được chân lý ấy. Thiền sư *Suzuki* có khuyên chúng ta "hãy luôn cố gắng hết sức mình trong mỗi giây mỗi phút," nhưng cũng đừng bao giờ có một kỳ vọng nào hết. Nhưng thế nào là cố gắng tu tập mà lại không có một mục tiêu hay kỳ vọng nào?

Như bạn đã tu tập hành thiền hơn hai mươi năm rồi, thì có lẽ bạn cũng đã thấy được phần sâu kín bên trong đã giữ bạn tiếp tục ở mãi trên con đường tu tập. Đó là gì? Nếu ta nhìn thấy được phần sâu kín ấy cho thật rõ là ta sẽ thấy được chính con người thật của mình, tự tánh của mình, nó sâu xa và rộng lớn hơn tất cả mọi ham muốn, kỳ vọng hay mục tiêu nào khác của ta.

Đôi khi có những lúc, trong chúng ta ai cũng bị những cảm xúc và tập quán, thói quen của mình sai xử. Nếu trong lúc ngồi thiền thì ta có thể thừa nhận sự có mặt của chúng, ghi nhận được cảm giác của chúng có mặt trên một phần nào đó trong cơ thể của mình. Và nếu ta biết sử dụng năng lượng của hơi thở và tâm từ, thì ta sẽ tạo nên một khoảng không gian rộng lớn để chúng được chuyển hóa. Những tập quán và thói quen có gốc rễ rất sâu xa và không dễ gì thay đổi **ngay**. Có một thiền sư nói rằng, sự tu tập của ta nhiều khi cũng giống như người đi quét rác gom lại thành đống, và rồi ta tìm một viên ngọc quý trong ấy. Nếu người xưa như vậy thì ngày nay ta cũng thế, có lẽ trong những đống rác dơ của mình cũng có một viên ngọc quý.

◆

Tulku Thondup Rinpoche: Phẩm chất (*quality*) của sự tu tập quan trọng hơn là số lượng (*quantity*) của sự tu tập. Bạn có thể chỉ cần ngồi thiền mỗi ngày chừng 20 hoặc 30 phút thôi, nhưng hãy ngồi cho thật trọn vẹn 100%, và có một sự an lạc. Và rồi, trong đời sống thường ngày, bạn hãy thực tập khơi dậy và tiếp xúc lại với cái năng lượng an lạc trong lúc ngồi thiền ấy. Lúc đầu, bạn hãy tập khơi dậy trong vòng vài giây thôi, mỗi ngày chừng năm lần, cho dù bất cứ bạn đang làm gì hay ở đâu. Hãy thọ hưởng niềm vui và sự an lạc ấy.

Và rồi, trong những tháng kế tiếp, bạn hãy từ từ tập tăng thời gian khơi dậy cái năng lượng an lạc ấy lên, cho đến mười lần, hai mươi lần, hoặc nhiều hơn nữa. Khi bạn thực tập như vậy, năng lượng an lạc được **tạo ra** trong lúc ngồi thiền sẽ trở thành nền tảng cuộc sống của bạn. **Điều đó** sẽ thiết lập một nền móng an lạc, giúp ta có thể trở về nương tựa những khi ta va chạm với khổ đau trong cuộc đời.

Sự tu tập, hành thiền, dù ta không thấy kết quả gì lớn lao, nhưng bao giờ cũng có một ảnh hưởng. Khi ta thực hành cho chân chánh và đúng pháp, mặc dù ta không nhận thấy một kết quả nào to tát hết, nhưng nó vẫn có một tác động rất sâu sắc trong ta. Những khi ta gặp khổ đau, năng lượng an lạc ấy sẽ **được** khơi dậy và bảo hộ ta. Và ngay cả trong giây phút cuối trước cái chết - khi tâm ta không còn bị vướng mắc vào thân và hoàn cảnh chung quanh nữa - những năng lượng an tĩnh in sâu trong tâm nhờ năm tháng thực tập sẽ tự động khởi lên và soi sáng cho ta.

Nhưng chúng ta cũng nên thực tế một chút. Giả sử mỗi ngày ta bỏ ra một giờ để tu tập, hành thiền. **Điều đó** cũng có nghĩa là ta **dành đến** hai mươi ba giờ còn lại để lo toan, suy tính cho những việc khác. Và ngay trong một giờ ngồi thiền ấy, ta thật sự có được một sự an tĩnh nào không, hay lại cứ lo nghĩ về đủ mọi chuyện viển vông hoặc những buồn lo khác. Và nếu ta không hết lòng thực tập thì ta đâu có thể phiền trách hay đổ thừa rằng sự tu tập không có hiệu quả.

Điều căn bản là ta phải thực tập hết lòng và biết đem quả trái an lạc ấy áp dụng vào đời sống hằng ngày. Làm được như vậy ta mới có thể biến mỗi giây mỗi phút của sự sống thành một bánh xe pháp luân chuyển mãi.

◆

Giúp đỡ người khác tu học

Hỏi: Tôi có một người rất thân đang gặp nhiều khó khăn và khổ đau, chị ta không tìm được một lối sống nào cho có hạnh phúc. Tôi tin rằng nếu chị ta bớt dính mắc và bớt quan trọng hóa những ý nghĩ của mình hơn, đời chị sẽ bớt khổ đau. Đây là điều tôi học được trong thiền tập. Nhưng tôi nghĩ là chị ấy chưa sẵn sàng để tìm hiểu đạo Phật hay tập thiền trong lúc này. Tôi rất muốn giúp chị và hướng dẫn chị vào con đường tu học. Tôi phải làm cách nào đây? Tôi không muốn giảng đạo Phật cho chị hay bắt chị ấy làm những việc gì mà chị ta chưa sẵn sàng.

Narayan Lebenson Grady: Câu trả lời ngắn gọn là bạn không thể ép buộc người khác học Phật hay ngồi thiền được.

Câu trả lời dài dòng là hành trình bước vào con đường tu học **thật** huyền bí và khó nghĩ bàn hơn là bạn tưởng! Nhưng nhiều khi chúng ta lại vô tình xua đẩy người khác ra xa con đường tu học, chỉ vì ta quá muốn kéo họ vào, vì ta nghĩ là nó mang lại ích lợi cho người kia. Cho dầu ta có ý tốt đến đâu!

Hãy tin vào sự chân thành của bạn. Khi bạn thành thật muốn làm vơi đi những khổ đau của người bạn mình, họ sẽ cảm nhận được tình thương và sự quan tâm của bạn. Và khi bạn cho rằng, chị ta sẽ ít gặp vấn đề nếu bớt quan trọng hóa những ý nghĩ của mình, cho dù việc ấy cũng dễ hiểu, nhưng bạn thấy không, đó cũng chỉ là một ý nghĩ của bạn mà thôi. Tôi không nói là nó sai, nhưng khi bạn dính mắc vào ý tưởng này, bạn sẽ không thể giúp ích gì nhiều nữa. Điều bạn có thể giúp cho chị ta là nhận diện được sự thật rằng chị ta chưa sẵn sàng bước vào con đường tu học. Tôn trọng điều ấy là một biểu hiện của tâm từ. Và nếu bạn nghĩ rằng chị ta có những khó khăn trong vấn đề tâm lý, bạn cũng có thể nhờ những sự giúp đỡ chuyên môn khác.

Nhưng đôi khi cách hay nhất để ta biểu lộ tâm từ là đừng cho một lời khuyên nào cả. Ta chỉ cần thật sự có mặt với **người kia** trong tĩnh lặng và cho phép người kia thật sự có mặt với chính mình. Tôi nhận thấy điều khó nhất trong cuộc đời này là ngồi yên nhìn người mình thương chịu khổ đau trong khi ta biết rằng có một lối thoát. Lẽ dĩ nhiên là tôi không khuyên bạn ngồi yên và đừng làm gì hết. Bạn vẫn tiếp tục sự thực tập của mình đó chứ! Và khi ta có được sự sáng suốt và tĩnh lặng, ta sẽ có thể giúp được người bạn kia bằng cách ban cho họ một không gian, môi trường an tĩnh và rộng lớn hơn.

Tình thương và sự chăm sóc của bạn phải là kết quả sự thực tập của chính mình. Sự tu tập của bạn giúp ích cho bạn như thế nào thì chúng cũng sẽ mang lại lợi ích cho người kia như thế ấy. Tôi chắc chắn là vậy! Nếu bạn lúc nào cũng hạnh phúc và an vui, thì rồi một ngày nào đó người kia sẽ thắc mắc và muốn biết **nguyên do**. Và lúc đó bạn có thể chia sẻ những gì bạn muốn! Thực tập qua sự sống của chính mình bao giờ cũng có hiệu lực hơn là lời nói suông.

Điều ấy có nghĩa là, thay vì nghĩ rằng sự tu học sẽ giúp cho đời sống của bạn mình được hạnh phúc hơn, ta hãy tự mình thực hành điều ấy. Khi nói đến vấn đề tình cảm cá nhân, sự buông bỏ bao giờ cũng là một sự thực tập đòi hỏi nhiều cố gắng.

Chỉ có một pháp

Joseph Goldstein là một trong những vị thầy sáng lập trung tâm Insight Meditation Society và The Forest Refuge tại Barre, Massachusetts. Ông cũng là tác giả của quyển Ba mươi ngày thiền quán và Kinh nghiệm thiền quán. Quyển sách gần đây nhất của ông có tựa là "Chỉ có một pháp" (One Dharma).

Dưới đây là lời chia sẻ của ông về những kinh nghiệm mà ông đã có qua sự tiếp xúc và thực tập theo nhiều truyền thống Phật giáo khác nhau.

◆

Hỏi: Lý do gì khiến ông viết quyển sách gần đây "*Chỉ có một Pháp*" (One Dharma) ?

Joseph Goldstein: Lý do thúc đẩy là vì tôi có một kinh nghiệm tu học với nhiều vị thầy thuộc các trường phái Phật giáo khác nhau, cũng như những dòng phái khác biệt trong các truyền thống như là Nguyên thuỷ (*Theravada*), thiền Zen và Tây Tạng. Tôi nhận thấy rằng những giáo pháp và những điều các vị thầy giảng dạy rất khác nhau và đôi khi lại trái ngược nhau, về những vấn đề như là tự tánh của tâm, tự tánh của ý thức và giải thoát... Vì vậy mà nhiều khi tôi không biết phải hành xử thế nào, khi những vị thầy mà tôi kính trọng nhất lại nói trái **ngược** nhau về những vấn đề mà tôi cho là chủ yếu nhất.

Phản ứng đầu tiên của tôi là tự hỏi: "Ai đúng đây?" Nhưng câu hỏi ấy cũng có nghĩa là, nếu có người này đúng thì người kia sai! Và tôi cũng đã tự dằn vặt mình về vấn đề này trong một thời gian khá lâu. Cuối cùng tôi ý thức rằng, mình sẽ không bao giờ có thể tìm được câu trả lời cho một chân lý tuyệt đối bằng sự phân tách hay lý luận. Tôi buông bỏ và không còn cố gắng tìm hiểu nó trên bình diện tri thức nữa. Một câu thần chú xuất hiện trong đầu, và tôi vẫn còn sử dụng cho đến ngày hôm nay trong sự thực tập cũng như khi đi giảng dạy: Ai biết được? Tự tánh giác ngộ của đức Phật là gì? Ai biết được! Ngày nào ta chưa thành Phật thì ta sẽ không bao giờ biết được. Và khi tôi chấp nhận được điều ấy, thay vì cảm thấy bối rối, tôi lại có cảm giác là mình đã buông bỏ được bao nhiêu là dính mắc. Tôi cảm thấy mình đã thật sự có thể cởi mở để tiếp nhận tất cả những giáo pháp khác nhau.

Và từ đó tôi bắt đầu hiểu rằng, tất cả những giáo pháp nên được xem như là những phương tiện thiện xảo hơn là những lời dạy về một chân lý tuyệt đối. Nếu chúng ta xem chúng như những chân lý tuyệt đối thì những lời dạy trái ngược nhau chắc chắn sẽ đưa đến một sự xung đột. Chúng ta cũng thấy rõ rằng những quan điểm phân biệt tông phái này đã làm nền tảng cho biết bao nhiêu sự xung đột trên thế giới ngày nay. Nhưng ngược lại, nếu chúng ta thấy được chúng chỉ là những phương tiện giải thoát thiện xảo, thì ta có thể thu nhận những gì là có giá trị từ những lời dạy, mặc dù chúng có thể khác biệt nhau. Tiêu chuẩn duy nhất của chúng ta là lời dạy ấy có mang lại an lạc và giúp khai phóng tâm mình hay không!

Và điều này cũng khơi dậy một câu hỏi nữa: Khai phóng tâm mình hay giải thoát có nghĩa là gì? Theo kinh nghiệm thực tập của tôi qua nhiều truyền thống thì tôi thấy chỉ có nghĩa là: phát triển một tâm thức không bị dính mắc vào bất cứ việc gì.

Tôi nhớ đến một lời dạy của đức Phật: "Không nắm bắt

hay dính mắc vào bất cứ điều gì và cho đó là *tôi* hay *của tôi*. Ai nghe lời dạy này là đã nghe toàn thể giáo pháp, ai thực hành theo lời dạy này là đã thực hành toàn thể giáo pháp, ai chứng đắc lời dạy này là đã chứng đắc tất cả."

Cuối cùng thì lời dạy của đức Phật thật hết sức giản dị!

Hỏi: Có phải mỗi pháp môn hay truyền thống có tác dụng mạnh mẽ riêng đối với **khuynh** hướng **của** một số người nào đó chăng? Ví dụ như theo truyền thống Zen thì chúng ta đã giác ngộ rồi, và khi ta ngồi thiền là ta chỉ biểu hiện sự giác ngộ ấy mà thôi, trong khi một trường phái khác lại cho rằng chúng ta chưa giác ngộ và cần ngồi thiền để đạt đến trạng thái ấy.

Joseph Goldstein: Tôi thấy có hai đường lối tu tập. Một đường lối được gọi là "đáp từ trên xuống", như là quan niệm chúng ta đã giác ngộ rồi và chỉ thực tập để biểu hiện điều ấy mà thôi. Và đường lối thứ hai gọi là "xây từ dưới lên", theo cách này thì ta bắt đầu bằng cách ghi nhận những khổ đau của mình, và tinh tấn thực tập để chuyển hóa chúng.

Mỗi phương cách đều có những ưu và khuyết điểm riêng. Nếu một người có quá nhiều khổ đau thì không nên khuyên họ cứ sống với bản tính thanh tịnh của mình. Tôi nghĩ **như vậy** sẽ không ích lợi gì lắm. Họ cần phải thực tập phát huy chánh niệm để thấy được những gì đang khởi lên trong mỗi giây phút và chuyển hóa những khó khăn.

Mặt khác, điều nguy hiểm của phương cách *xây-từ-bên-dưới-lên* này là người ta có thể ôm ấp khổ đau của mình chặt quá, và sự đối trị khổ đau ấy có thể khiến người ta lại củng cố thêm cái *tôi*, cái *bản ngã*. Đối với những người này, khi đúng lúc thì chỉ cần được nghe một giáo lý về tự tánh thanh tịnh của tâm thôi cũng có thể giúp họ thấy được sự trống rỗng của *cái tôi*.

Một giáo pháp thích hợp, hay là một phương tiện thiện xảo, thật ra hoàn toàn tùy thuộc vào nhu cầu riêng của mỗi cá nhân.

Hỏi: Quyển sách *"Chỉ có một pháp"* của ông cũng có tựa đề nhỏ là *"Sự xuất hiện của Phật giáo Tây phương"*, và ông nói rằng chúng ta rất may mắn đã được tiếp nhận rất nhiều truyền thống Phật pháp, *Buddhadharma*, khác nhau trên miền đất này. Nhưng có thể đó cũng là một điều nguy hiểm chăng, khi chúng ta có nhiều sự chọn lựa quá, có nhiều phương tiện thiện xảo quá?

Joseph Goldstein: Có nhiều phương pháp sẽ giúp ta có thể tìm được một đường lối riêng thích hợp với tánh tình cũng như thiên hướng của mình. Nhưng điều quan trọng là chúng ta nên chọn phương pháp nào hợp với mình, và thực tập theo cho đến khi ta có được một mức độ sâu sắc nào đó. Và đến một lúc nào đó, ta có thể học hỏi và thực tập thêm những truyền thống khác cũng rất tốt, nhưng nếu ta vội vàng quá thì điều đó chỉ tạo thêm những lộn xộn và rối rắm mà thôi.

Có những người tu học theo lối tài tử, cái gì cũng thực hành hết, một chút này rồi một chút kia, và rốt cuộc họ chẳng lãnh hội được một điều gì sâu sắc cả. Còn như khi ta đã có một căn bản thực tập vững chắc theo một truyền thống nào đó rồi, thì ta sẽ có thể tiếp thu và hòa nhập được những đường lối khác vào trong cùng một nền tảng ấy.

Hỏi: Làm sao một người biết được khi nào thì đến lúc họ có thể thử tìm học một phương pháp hay một giáo pháp mới?

Joseph Goldstein: Trước hết, chúng ta có thể tự biết được là nhờ kinh nghiệm của chính mình. Khi chúng ta vẫn còn mơ hồ và có nhiều nghi vấn trong sự tu học thì đó không phải là lúc nên pha lẫn thêm những phương pháp khác. Và một cách nữa là qua sự hướng dẫn của một vị thầy. Có nhiều học trò của tôi hỏi rằng họ có nên thực tập thêm một phương pháp khác không, và lời khuyên của tôi bao giờ cũng tùy theo sự thực tập sâu sắc của họ, cũng như **điều đó** có thích ứng với hoàn cảnh của họ ngay thời điểm đó hay không.

Mặc dù Phật giáo Tây phương còn ở giai đoạn mới đầu nhưng chúng ta cũng đã thấy các thiền sinh đang thực tập theo nhiều truyền thống khác nhau. Người ta thường nói thầy của mình là một vị *Sayadaw* của truyền thống Miến điện, *Ajanh* của Thái lan, *Zen* hoặc Tây Tạng, hay một vị giáo thọ thuộc một dòng phái nào đó. Và nếu như sự đa dạng ấy được cắm rễ trên một nền tảng thực tập vững chắc và sâu sắc của mỗi cá nhân thì điều ấy có thể mang lại rất nhiều lợi lạc.

Tôi cũng muốn nói thêm rằng, đối với một số người thì **việc kiên trì theo** một phương pháp, một truyền thống **duy nhất** suốt **đời** là điều hoàn toàn đúng. Không có phương pháp nào là cao hay thấp hơn một phương pháp **khác**. Tất cả chỉ là vấn đề phương tiện thiện xảo. Bất cứ phương pháp nào phát huy được sự *vô chấp* (*non-clinging*) đều là một con đường giải thoát. Theo tôi thì Phật giáo Tây phương sẽ có một đặc tánh cụ thể và thực dụng, **điều đó** đã từng là cá tính của nền văn hóa này.

Hỏi: Ông có thể nói rằng con đường thực tập của chính ông cũng là một ví dụ cho *"Chỉ có một pháp"* chăng?

Joseph Goldstein: Khi có ai hỏi tôi rằng phương pháp thực tập của tôi là gì - *vipassana* hay là *dzogchen*, tôi đáp: "Pháp môn của tôi là *không nắm bắt.*" Phương pháp thực tập thật ra chỉ đơn giản có vậy: *không nắm bắt.* Có những lúc tôi ý thức rằng mình đang bị dính mắc, và rồi không bị dính mắc, và cứ như vậy... Mặc dù phương pháp tôi sử dụng để thực hiện được điều ấy thì có thể thay đổi luôn: có khi tôi cảm thấy mình cần phải giữ tâm ở yên trên hơi thở; có những lúc khác tôi lại thấy thích hợp với **việc** an trú tâm mình trong một ý thức trống không và rộng mở hơn; đôi khi tôi lại cảm thấy muốn khai mở và tiếp xúc với những năng lượng trong thân qua phương pháp quán toàn thân (*body scan*). Những phương pháp ấy được hướng dẫn bằng trực giác, hoàn toàn không gián đoạn, tất cả như là một với nhau.

Khi tôi thử cố gắng cô đọng lại tinh hoa Phật pháp từ sự thực tập của chính mình, thì tôi thấy đó là *chánh niệm*, qua hình thức này hoặc hình thức khác, và sự biểu hiện của nó ra với cuộc sống chung quanh là *tâm từ*, và cốt tuỷ của nó là *tuệ giác*. Ba đặc tánh ấy - chánh niệm, tâm từ và tuệ giác - dường như là những yếu tố thiết yếu cho bất **kỳ** một sự thực tập nào.

Ba yếu tố ấy làm thành một biển Pháp, và tất cả những truyền thống khác **giống** như những dòng sông cùng đổ ra biển lớn. Những truyền thống khác nhau có thể nhấn mạnh yếu tố này hoặc yếu tố nọ, nhưng tất cả đều quyện chung với nhau thành một pháp duy nhất. Con đường giải thoát chỉ có một!

Ý nghĩa của sự tu học

Kết quả của công phu thực tập phải là một sự chuyển hóa nội tâm, giúp ta trở thành một con người tốt đẹp hơn. Sau những tháng năm thực tập, chúng ta phải trở nên bớt giận hờn hơn, bớt tự cao hơn, bớt ganh tỵ hơn... Sự thực tập phải giúp chúng ta có được một tâm an tĩnh và rộng lớn hơn.

Ví dụ, mục đích của việc ăn kiêng là để ta giảm cân, chứ đâu phải để ta thu thập kiến thức và trở thành một chuyên gia về tất cả những phương pháp ăn kiêng! Ta có thể nghe nói về những phương pháp ăn kiêng khác nhau, hoặc đọc thật nhiều sách hướng dẫn về ăn kiêng, nhưng ta sẽ không giảm được cân nào trừ khi ta biết mang chúng ra áp dụng vào nếp sống hằng ngày. Cũng tương tự như thế, nếu ta không thực hành theo những giáo pháp mình đã học, những cố chấp và cảm xúc tiêu cực của ta sẽ không bao giờ bớt đi, và những lời hướng dẫn, pháp môn, đều hoàn toàn vô ích, cho dù ta có tiếp nhận và hiểu sâu sắc bao nhiêu.

Đạo sư *Dilgo Khyentse Rinpoche* luôn nhấn mạnh vào sự quan trọng của việc thể nhập giáo lý vào tâm, và mang sự thực hành hợp nhất với đời sống hằng ngày. Mục đích của chúng ta là hòa nhập sự thực tập với giáo pháp, và mang phẩm chất thiền tập ấy vào trong mọi hành động của mình. *Dharma*, giáo pháp, phải được trở thành bản tánh tự nhiên thứ hai của ta. Chúng ta vẫn chưa thể hiện được điều ấy trong đời sống hằng ngày của mình, nếu như sau thời gian dài thực tập, ta vẫn nóng nảy bực dọc như xưa, và đôi khi còn tệ hơn nữa. Một dấu hiệu khác cho thấy sự thiếu sót này là ta không có được một cảm giác an lạc và tự tại. Một hành giả thực tập chân chánh thì ít nhất phải trở thành một con người tốt lành.

Ta có thể tưởng rằng mình đã làm chủ được phần nào tâm mình, hoặc có sự tiến bộ trên con đường thực tập, nhưng vừa khi đối diện với những khó khăn trong cuộc đời, những độc tố trong tâm lại nổi lên mạnh mẽ và lấn áp ta như xưa. Nếu như việc này có xảy ra, bạn hãy thử nhìn lại xem mình có tiến bộ hay thay đổi gì không? Ta có tự tại hơn xưa chút nào chăng? Ta có một niềm vui hay hạnh phúc nào trong tâm không?

Sau những năm tháng tu học, ta phải cảm nhận được một niềm an lạc nào đó, và bớt bị ảnh hưởng bởi ngoại cảnh. Sự tự do trong tâm sẽ mang lại cho ta những hạnh phúc rất sâu sắc, và niềm an lạc sẽ sinh ra khi những cảm xúc tiêu cực tan biến. **Nếu** không thì ta hoàn toàn vẫn chưa hiểu được ý nghĩa của tu học.

Shechen Rabjam Rinpoche

Trái dâu thứ ba

Có nhiều học trò của tôi sau một thời gian tu học rồi lập gia đình, có sự nghiệp, và thường đến gặp tôi để xin được ban phước. Tôi cầu chúc cho họ được mọi điều tốt lành, và cũng kể cho họ nghe về hình ảnh của ba trái dâu.

Lúc khởi đầu ta có một trái dâu, và lẽ dĩ nhiên trái dâu này tự nó nằm rất vững vàng. Rồi ta có trái dâu thứ hai, ta cố gắng đem đặt nó lên trên trái dâu thứ nhất. Tuy hơi khó khăn một chút, vì ta không sử dụng một vật gì khác để gắn chúng lại với nhau, nhưng việc ấy cũng có thể được. Và rồi ta có một trái dâu thứ ba, ta cũng cố gắng đem đặt nó lên trên trái dâu thứ nhì. Việc ấy không phải là dễ nếu không muốn nói là không thể được. Trong lúc cố gắng đặt trái dâu thứ ba ấy lên, nhiều khi ta lại vô tình làm rơi cả trái dâu thứ hai xuống nữa.

Nhưng đối với những người tin vào một cuộc đời bất diệt, họ lại nghĩ rằng sẽ có lúc trái dâu thứ ba ấy nằm yên trên trái dâu thứ hai! Và rồi một ngày nào đó, sau khi đã cố gắng **hàng** triệu lần, kinh nghiệm bao nhiêu đớn đau, họ sẽ tỉnh dậy và nhìn lại thấy mình đã năm, sáu mươi tuổi, và trái dâu thứ ba ấy vẫn không thể nằm trên trái dâu thứ hai được. Tôi gọi đó là một sự tuyệt vọng. Và điều rất đáng buồn là khi ta nhìn lại cuộc đời mình **và** thấy không có **được** bao nhiêu chuyện để mừng vui.

Trong cuộc đời, đa số chúng ta thường cố gắng thu thập sao cho được thật nhiều, từ những mối liên hệ với người thân trong gia đình, bạn bè, cho đến sự thực tập, những ảnh hưởng, tiền bạc, vật chất... Đáng lẽ chúng ta phải ý thức rằng chỉ cần đạt được 10% những gì mình muốn thôi, cũng đáng để cho ta vui sướng rồi. Nhưng đa số chúng ta chỉ hài lòng khi nào đặt được trái dâu thứ ba nằm trên trái dâu thứ hai mà thôi! Điều đáng tiếc là trong xã hội ngày nay có biết bao nhiêu sách vở, phim ảnh nói về sự thành công của trái dâu thứ ba ấy, khiến chúng ta tin rằng rồi một ngày nào đó nó cũng sẽ xảy đến cho mình.

Và trên con đường tu tập cũng vậy, tôi thường nói với các học trò rằng sự giác ngộ phải là mục tiêu của mình. Nhưng mặc dù giác ngộ là nền tảng của sự tu tập, là một thiền sinh ta phải biết đừng mong cầu hay tìm kiếm một kết quả nào hết. Việc ấy lẽ dĩ nhiên không phải dễ. Nhưng khi ta mong cầu kết quả, dầu là trong sự thực tập hay bất cứ một công việc nào khác, là ta đang bị vướng mắc, điều đó sẽ trở thành một chướng ngại cho ta. Như tâm kinh *Bát-nhã* có nhắc nhở: "Không có trí, cũng không có đắc, vì không có gì là sở đắc."

Điều ấy cũng có nghĩa là giác ngộ không phải là kết quả của sự tu tập. Khi ta có ý niệm rằng giác ngộ là "kết quả" của sự tu tập, điều đó sẽ trở thành một chướng ngại. Đó là một bài học lớn. Thật ra giác ngộ chính là sự cởi bỏ hết mọi thành đạt, mọi nút buộc trong ta. Ví dụ như trong kinh có nói đến Thập địa, *dasabhumi*, mười địa vị tu chứng của một vị Bồ Tát. Khi ta đạt đến địa vị thứ hai, điều đó không có nghĩa gì khác hơn là ta đã tháo gỡ được nút buộc của địa vị thứ nhất. Khi nào ta buông bỏ được địa vị thứ hai thì ta sẽ bước lên địa vị thứ ba. Và khi nào ta tháo mở được nút buộc của địa vị thứ mười, thì có lẽ đó được gọi là "giác ngộ."

Giác ngộ không phải là một kết quả, mà nó chính là tự

tánh chân thật của ta. Và vì vậy mà có gì để ta gọi là đạt được đâu, vì nó bao giờ cũng vẫn là của **ta**?

Nếu chúng ta làm việc gì cũng muốn **hướng đến** kết quả (*result-oriented*) thì thái độ ấy lại chính là một trở ngại lớn. Mà thật ra không những chỉ là một trở ngại, nó còn là một **thỏi** nam châm thu hút thêm nhiều chướng ngại khác nữa.

Trên con đường tu học, sự mong cầu sẽ làm lên men và tạo nên những sự mê mờ rất vi tế, cũng giống như một thứ rượu nho giữ cất lâu ngày, khiến ta không còn nhận thấy được những hạnh phúc đang có mặt trên con đường mình đang đi.

Dzongsar Khyentse Rinpoche

Ta giúp gì được ai?

Là một người thầy, mỗi khi nhìn học trò và thấy họ bị vướng mắc trong những hoàn cảnh khó khăn của cuộc sống, tôi cảm thấy mình có trách nhiệm giúp họ thoát ra và tiến bước trên con đường tu học. Nhưng rồi tôi khám phá rằng, cũng giống như một người mẹ không cánh tay đứng nhìn đứa con mình bị chết đuối, tôi chỉ có thể cảm thấy thương **xót** mà thôi. Thật ra, tôi không có quyền lực gì để cứu vớt được ai hết.

Khi còn là một tu sĩ trẻ và đầy lý tưởng, tôi nghĩ rằng mình có thể mọc ngàn tay để giúp đời, mặc dù trong giáo pháp có một hình ảnh về một người mẹ không cánh tay. Nhưng tôi nghĩ: "Ví dụ ấy sẽ không thể nào áp dụng cho tôi được! Tôi có thể trở thành một siêu nhân. Tôi có thể mọc ngàn tay để cứu vớt mọi người."

Nhưng bây giờ thì tôi đã hiểu được chân lý sâu xa của tỷ dụ ấy. Mỗi người có một cuộc sống riêng. Cuộc sống của ta là cuộc sống của riêng chính ta. Không ai có thể giải thoát ta ra khỏi hoàn cảnh của mình được hết. Hãy tin tôi đi! Tôi đã từng gắng hết sức mình để giúp người khác thoát ra những vướng mắc và khổ đau của họ, và đôi khi chỉ làm cho vấn đề rắc rối thêm mà thôi.

Những khi có một ai đang gặp khó khăn, nếu họ chọn mang một đôi giày tây bóng láng và bước đi trên một con dốc đóng băng trơn trượt, thì chuyện ta có thể làm là cầu nguyện cho họ. Mang giày đế bằng da đi trên băng đá thì chuyện **trượt** ngã là điều không tránh được. Họ có thể đứng lên rồi lại trượt ngã, tuột sâu hơn xuống con dốc của khổ đau. Tôi thấy có những trường hợp là như vậy, và không có một cách nào khác hơn được. Người ấy đã nhất định tự chọn cho mình một hoàn cảnh ấy, họ bằng lòng và vui được như thế. Điều mà ta có thể làm là có tình thương đối với họ. Nếu như ta trách móc và chỉ cho họ thấy những quyết định của họ sẽ dẫn đến khổ đau, tôi nghĩ cũng giống như ta xát muối vào vết thương thôi. Điều đó chỉ tạo thêm cho họ những sự căng thẳng. Họ có thể tự bảo rằng: "Tôi đâu có vấn đề gì đâu, tôi rất hạnh phúc với sự chọn lựa của tôi. Tại sao tôi phải nghe những lời phê phán, chỉ trích của kẻ khác, trong khi tôi thấy mình đang có hạnh phúc?" Thật ra thì tôi nghĩ chúng ta có thể tránh những sự căng thẳng không cần thiết ấy. Nếu tôi có thể làm được gì để giúp người ấy, thì đó là chăm sóc họ bằng cách phóng tâm từ và sự cầu nguyện của mình.

Là một người thầy, tôi hy vọng những học trò của mình sẽ thấy và hiểu được điều này. Một người học trò nên theo dõi và quan sát sự thực tập của thầy mình. Ta học những điều ấy từ thầy mình và rồi mang chúng áp dụng vào cuộc sống của chính ta. Trong giáo pháp của Phật thì mỗi người phải tự mình thực tập và tự mình giải thoát, không một ai có thể làm được việc ấy cho ta, dầu họ có quyền năng đến đâu.

Ngoài vấn đề truyền dạy ra, tôi không có một tiếp xúc cá nhân nào với các học trò của tôi. Tôi dành thì giờ của mình để ngồi trên toạ cụ thực tập, và cầu nguyện cho tất cả mọi người, nhất là những ai có liên hệ trực tiếp với tôi. Và khi tôi làm những việc khác cũng chỉ là để thể hiện một nguyện ước đó thôi. Tôi hy vọng rằng phương pháp của tôi sẽ giúp được sâu sắc cho các học trò của mình hơn, thay vì là đi chơi với họ đến các quán ăn, tham gia vào các cuộc vui, hoặc là hướng dẫn họ qua những tiến trình tâm lý vô cùng tận. Nếu như ta cứ đi theo một tiến trình mà không có một nơi chấm dứt, thì điều đó sẽ mang lại ích lợi gì? Điều mà chúng ta có thể làm là ngồi xuống thực tập trên tọa cụ của mình, và nó sẽ giúp ta chấm dứt hết tất cả.

Dzigar Kongtrul Rinpoche

Đi tìm một trái ớt ngọt

Một trong những câu chuyện mà tôi thích nhất là chuyện ông *Nasrudin*, một tu sĩ môn phái thần bí *Sufi* của *Islam*.

Một hôm, người ta thấy ông *Nasrudin* ra ngồi giữa chợ, nước mắt nước mũi chảy ròng ròng, và trước mặt ông là một giỏ ớt thật to. Mỗi lúc ông lại đều đặn đưa tay vào giỏ lựa một trái ớt bỏ vào miệng nhai, rồi ông lại khóc kêu lên thật to, không kềm chế được.

Những người bạn đi ngang qua thấy vậy ghé lại hỏi: "*Nasrudin*, ông làm gì thế, ông có điên không vậy?" Nước mắt nước mũi vẫn tuôn chảy, ông nói giọng thều thào: "Tôi cứ muốn ăn những trái ớt này, vì hy vọng rồi sẽ tìm được một trái ớt ngọt."

Tôi nghĩ câu chuyện của ông *Nasrudin* có hai mặt. *Nasrudin* là một người rất dại khờ mà cũng là một người rất có tuệ giác. Việc ông làm có hai ý nghĩa: một ý nghĩa rất rõ ràng ai cũng thấy, và một ẩn ý khác sâu sắc, tinh tế hơn.

Ý nghĩa thứ nhất của câu chuyện thì chúng ta ai cũng hiểu. Nó cũng chính là cái thông điệp căn bản của đạo Phật: lòng ham muốn sẽ không bao giờ chịu học hỏi, nó sẽ không bao giờ khôn ra! Kể cả những khi mà nó không thu đạt được một ích lợi nào cả, ngoại trừ sự khổ đau, lòng ham muốn vẫn cứ lì lợm đeo đuổi mục đích riêng của nó. Thái độ chạy đuổi không biết mệt mỏi theo những thú vui ấy khiến người ta có thể làm những việc rất lạ lùng và điên rồ.

Câu chuyện của ông *Nasrudin* là một ví dụ rất điển hình cho cuộc đời của chúng ta: giả vờ như câm như điếc trước mọi tuyệt vọng, ta nhất định đi tìm một trái ớt ngọt. Trong khi những người bạn đi ngang qua nhìn ông với một con mắt kinh dị, tại sao ông không dừng lại có phải tốt hơn không? Qua câu chuyện này, ông *Nasrudin* muốn dạy chúng ta một bài học. Chính lòng ham muốn là sợi dây trói buộc ta vào bánh xe của khổ đau. Và mặc dù chúng ta thấy rõ rằng chúng mang lại cho mình khổ đau, nhưng ta vẫn không tài nào thuyết phục mình buông bỏ để thoát ra được. Cũng giống như nhà phân tâm học *Freud* thường nói, giữa sự ham muốn và sự thoả mãn có một khoảng cách không bao giờ có thể nối liền được.

Nhưng thái độ lì lợm của ông *Nasrudin* là một ví dụ cho ta thấy rằng buông bỏ sự ham muốn trong cuộc đời là một việc dường như bất khả thi. Theo tôi thì *Nasrudin* là một thiền sư nhiều tuệ giác chứ không phải một người ngu khờ như ta nghĩ. Dầu muốn hay không, ông ta nói rằng, lòng ham muốn sẽ không bao giờ để cho chúng ta yên. Nó mang lại cho ta hy vọng và không bao giờ bằng lòng với câu trả lời "không" của mình!

Nếu nghiệm cho kỹ thì câu chuyện của ông *Nasrudin* chỉ cho ta thấy cả hai khía cạnh của vấn đề: sự bất toại nguyện của lòng ham muốn và lối thoát ra khỏi nó. Lòng ham muốn của ông không hề bị lay chuyển, mặc dầu nó đã mang lại cho ông những thống khổ. Trong lời than van của ông, trong sự chấp nhận khổ đau cũng như hy vọng về một trái ớt ngọt, có ẩn chứa một tuệ giác về sự ham muốn. *Nasrudin* không hề hối tiếc về sự ham muốn của mình, ông vẫn tiếp tục mà không chút do dự, mặc dù trước những khổ não rõ rệt. Và ông cũng không hề chống cự hoặc trốn tránh nó. Khổ đau và hy vọng, cả hai đều có mặt. Mặc dù thấy rất rõ sự điên rồ của mình, *Nasrudin* vẫn cứ tiếp tục. Dường như ông nhận thấy rằng, mặc dù than khóc và chảy tuôn nước mắt, nhưng trong sự tìm kiếm ấy có mang lại cho mình một thú vui nào đó.

Tôi thích câu chuyện của ông *Nasrudin* vì nó nói lên một sự thật phũ phàng và cũng rất là quyến rũ của sự ham muốn.

Là một nhà tâm lý trị liệu và cũng là một bác sĩ phân tâm học, hằng ngày tôi phải đối diện với những bệnh nhân mà câu chuyện của họ cũng tương tự như ông *Nasrudin* vậy. Họ cứ tiếp tục có những hành động và thái độ mà bất cứ ai có chút suy nghĩ đều biết là nên dừng lại ngay. Những thất vọng và bức xúc của họ tuôn trào ra trong phòng bệnh của tôi như nước mắt của ông *Nasrudin*. Lắm lúc tôi cũng muốn nói to lên như những người bạn của *Nasrudin*: "Vậy sao không dừng lại đi?" Tôi muốn nói với họ: "Tại sao không buông bỏ đi mà cứ đeo đuổi nó làm gì cho khổ?"

Là một bác sĩ không phải chỉ chịu ảnh hưởng của môn phân tâm học Tây phương, mà còn hiểu được tuệ giác của đạo Phật, tôi có thể dễ dàng nhìn thấy được việc ấy. Đức Phật dạy, con đường duy nhất để chấm dứt khổ đau là buông bỏ sự ham muốn của mình. Buông bỏ là con đường của hạnh phúc. "Tại sao ta lại đi tìm kiếm hạnh phúc nếu chính sự tìm kiếm ấy lại là cái nguyên nhân của khổ đau." Nhưng sau nhiều năm tiếp xúc với bệnh nhân của mình, tôi nhận thấy rằng, mặc dù sự ham muốn mang lại cho ta nhiều khổ đau, nhưng ta không nên và cũng không thể nào dễ dàng buông bỏ nó.

Khi ta chối bỏ một phần nào của mình, nó sẽ vẫn còn dai dẳng có mặt như một cái bóng của ta. Cũng vậy, ta sẽ không thể nào tiêu diệt được lòng ham muốn bằng cách giả vờ rằng nó không hề có mặt. Vấn đề là ta phải đối diện, chấp nhận và chuyển hóa nó. Vì cũng như người Pháp có câu: *"Chassez le naturel, il revient au galop."* Xua đuổi sự tự nhiên đi, nó sẽ phi nước đại trở lại với ta.

Mark Epstein

Việc khó khăn của một giáo sư

Tôi đã dạy những lớp về đạo Phật trong đại học gần ba mươi lăm năm nay, nhưng đôi khi tôi vẫn tự hỏi rằng, không biết mình có thật sự trao truyền được những tinh hoa của giáo pháp tâm từ này đến với các sinh viên không. Nói một cách khác, tôi thấy mình thường hay thắc mắc, một lớp trong trường đại học dạy về đạo Phật, nó có mang tính cách gì là "Phật tử" chăng?

Tôi thường tự hỏi, những học giả tu tập theo đạo Phật như chúng tôi trong một học viện, đang cố gắng đóng góp những yếu tố hay năng khiếu đặc biệt gì trong vấn đề học Phật cho các sinh viên, qua những lớp học này? Có phải chúng tôi chỉ mong mỏi họ hiểu hết được những danh từ chuyên môn Phật học, biết được một vài giáo lý quan trọng của *dharma*, hay là bằng một cách nào đó, thật sự tiếp xúc được sâu sắc với cốt tủy của đạo Phật?

Trong kinh, đức Phật dạy các đệ tử rằng: "*Ehi passika*", có nghĩa là "Hãy đến và tự thấy!" Và Ngài cũng có trình bày rất rõ về đường lối học Phật là phải như thế nào.

"Này các ông, các ông đừng tin một điều gì vì **nghe phỏng**; đừng tin một điều gì vì nó là tập quán lưu truyền; đừng tin một điều gì vì được nhiều người nhắc đi nhắc lại; đừng tin một điều gì vì đó là bút tích của thánh nhân; đừng tin một điều gì vì đó là thói quen đã có từ lâu; đừng tin một điều gì do ta tưởng tượng và lại nghĩ rằng do một thần linh nào đó khai thị cho ta; đừng tin một điều gì vì đó là do các thầy có uy tín dạy."

Mặc dù đầy thách đố, nhưng chắc chắn đó không phải là những nguyên tắc đang được áp dụng trong chương trình ở các lớp đại học. Và ngược lại, các vị giáo sư, cũng như sinh viên, lại dựa trên một "kiến thức xác định sẵn có" để làm nền tảng giảng dạy và học hỏi.

Nhưng không phải ý tôi nói rằng, vấn đề nghiên cứu tri thức trong sự học Phật là không tốt. Thật ra việc ấy cũng cần thiết lắm chứ! Trong đạo Phật khả năng suy luận tư duy (*critical reasoning*) cũng được đặt lên rất cao. Mỗi khi ta đọc kinh, ta thấy đức Phật thường nhắc đi nhắc lại về sự quan trọng của một tư duy chân chánh và sự phát triển tuệ giác. Nhưng dĩ nhiên, những suy luận vòng vo cũng có giới hạn của chúng, và *Niết-bàn* là vượt ra ngoài mọi ý niệm. Tư duy và suy luận suông sẽ không bao giờ mang ta đến *Niết-bàn*, cho dù ta có tôi luyện sâu sắc đến đâu, nó cũng sẽ không thể giúp ta thoát ra khỏi vòng sanh tử này.

Những giáo sư Phật học không phải là những bậc thiện tri thức, như các vị *lamas* hay *geshes*, có khả năng hướng dẫn và giải thoát cho học trò của mình. Nhưng có lẽ mục đích chánh của các vị giáo sư không phải là để trao truyền cho các sinh viên một kinh nghiệm nào hết, mặc dù đó là một điều thiết yếu và cũng là tuệ giác trong việc học Phật. Chúng tôi đâu thể nào ngồi trên tọa cụ thế cho những sinh viên của mình. Và nếu như họ không thực tập ngồi thiền, thì họ, và cả chúng tôi nữa, thật sự đang làm gì đây?

Thỉnh thoảng tôi cũng tạo những dịp cho các sinh viên cùng ngồi thiền với tôi. Lẽ dĩ nhiên là những cơ hội này hoàn toàn nằm ngoài lớp học và các sinh viên muốn tham dự hay không là tùy ý họ, không bị bắt buộc. Những trường đại học chúng ta ngày nay thôi không còn là những viện thần học như xưa nữa, trong thời đại khoa học và hiện đại này, mỗi khi ta đề cập đến vấn đề kinh nghiệm tâm linh, điều đó thường bị nhìn dưới một ánh mắt rất ngờ vực.

Tuy vậy, thay vì chỉ hướng dẫn cho các sinh viên bàn thảo và tranh luận về ý niệm của Phật tánh, tôi ước gì, bằng một cách nào đó có thể giúp họ khám phá ra Phật tánh của chính mình. Nếu tôi có quyền quyết định, tôi sẽ bắt buộc các sinh viên phải tham dự một khóa tu thiền quán mười ngày, song song với việc tham gia lớp Phật học, để có thể như ông *Phillip Moffitt* chia sẻ: "Học hỏi bằng chính tự thân của mình". Chúng ta đã học quá đầy đủ và suy luận quá nhiều rồi!

Ngày xưa, bài kinh đức Phật dạy đầu tiên về thiền tập là bài kinh *Satipatthana Sutra*, tức kinh *Bốn lãnh vực quán niệm*, và đó cũng không phải là chuyện ngẫu nhiên. Tôi thường nghĩ rằng phương pháp *vipassana*, thiền quán, (và dĩ nhiên cùng với kết quả của nó là *metta*, tâm từ) là những pháp môn rất lý tưởng cho người Tây phương, vì nó không bị ảnh hưởng nặng nề về vấn đề văn hoá. Đây là những pháp môn thực tập đơn giản, trực tiếp và tức thì - đó cũng chính là hiện thân của trái tim đạo Phật.

Nhưng nói cho cùng thì mặc dù chúng ta có thể trình bày rất chi tiết và rõ ràng về nó, nhưng ta không thể nào đơn giản trao truyền cái thấy của đạo Phật được. Một cái thấy không những khiến đạo Phật khác với các truyền thống khác, mà còn có thể mang ta đến an lạc và giải thoát. Nếu như đức Phật có khả năng làm cho ta giác ngộ thì tất cả chúng ta đã được giác ngộ hết rồi. Nhưng ngay chính đức Phật cũng không thể làm được việc ấy. (Thật ra thì tất cả chúng ta đều đã giác ngộ rồi đó, chỉ có điều là mình chưa ý thức được đó thôi). Trước khi ra đi, Ngài khuyên mỗi chúng ta nên tinh tấn thực hiện việc giải thoát cho chính mình. Trong môi trường của một lớp đại học thì chúng tôi chỉ có thể khuyên các sinh viên của mình nên đi tìm một trung tâm thiền tập.

"Hãy tinh tấn!" Tôi vẫn nói với các sinh viên của mình vào mỗi cuối khóa học. "Hãy tinh tấn, và tử tế với nhau."

Jan Willis

IV.
KHẢ NĂNG
THƯƠNG YÊU

Ai cũng có khả năng thương yêu

Khi mới bắt đầu tập thiền quán tâm từ, *metta*, có một kinh nghiệm đã giúp tôi thấy rõ được tâm thức mình, cũng như cách tôi liên hệ với những người chung quanh. Lúc ấy, tôi được hướng dẫn thực tập ban rải tình thương của mình đến một người dưng, mặc dù lúc đó tôi cũng không hiểu rõ "*người dưng*" là như thế nào.

Thầy tôi, ngài *Anagarika Munindra*, chỉ nói rằng tôi hãy chọn một người nào gần đây, người mà tôi không thương cũng không ghét.

Lúc ấy tôi đang sống ở Ấn Độ, và trong tu viện nhỏ nơi tôi trú ngụ có một ông lão làm vườn. Tôi gặp ông ta mỗi ngày, nhưng thật sự tôi chưa bao giờ nghĩ gì về ông. Ông chỉ là một người mà tôi nhìn thấy mỗi khi đi ngang qua. Và tôi giật mình khi ý thức được rằng, có biết bao nhiêu người như vậy chung quanh tôi, những người mà tôi hoàn toàn không thương cũng không ghét. Khám phá đó tự nó cũng là một sự giác ngộ đối với tôi.

Và rồi trong nhiều tuần liên tiếp, đều đặn mỗi ngày, trong lúc ngồi thiền tôi bắt đầu quán tưởng về ông lão làm vườn, và niệm thầm những câu như: "Mong cho ông được an vui, mong cho ông được khoẻ mạnh, mong cho ông không bị khổ đau."

Sau một thời gian, tôi bắt đầu cảm thấy một sự ấm áp và thân thiện đối với ông lão, và mỗi khi tôi đi ngang ông con tim tôi mở rộng ra.

Và đó cũng là một kinh nghiệm rất quan trọng trên con đường thực tập của tôi. Tôi khám phá được rằng, cảm tình của tôi đối với một người nào đều tùy thuộc vào ở chính nơi tôi, mà thật ra, tình cảm ấy hoàn toàn không hề dính dáng gì đến người kia, đến thái độ của họ, hay vào hoàn cảnh. Ông lão làm vườn trước sau vẫn vậy không thay đổi. Ông không hề đổi cách ông làm việc hay thái độ đối với tôi. Nhưng vì tôi có một cái nhìn mới, và một sự thực tập, con tim tôi bắt đầu mở rộng ra với một sự cảm thông chân thành và quý mến.

Và điều này cũng giúp tôi học được một bài học quan trọng về năng lượng có mặt của tâm từ. Vì tình thương này không hề tùy thuộc vào bất cứ một cá tính nào của người kia, nên nó sẽ không dễ biến đổi thành thù ghét, hờn giận hay là bực dọc, như các loại tình thương có điều kiện khác. Tình thương vô điều kiện này được phát xuất từ một con tim rộng lượng.

Chúng ta ai cũng có thể cảm nhận được thứ tình thương này, nhưng có thể ta sợ hoặc nghĩ rằng nó hoàn toàn nằm ngoài khả năng của mình. Nhưng tâm từ không phải là những năng lực dành riêng cho các bậc như là Đạt-lai Lạt-ma, Mother Teresa, hoặc một hạng người xa xôi nào đó. Chúng ta ai cũng có thể thực tập và phát triển, và đều có khả năng thương yêu theo cách ấy.

Làm sao ta có thể mở rộng con tim mình ra trước những khổ đau? Tuệ giác nào có thể làm phát khởi một tâm từ trong ta?

Có một sự thật rất đơn giản và sâu sắc là hạnh phúc chân thật không hề phát xuất từ sự thu góp hoặc tích chứa cho nhiều những cảm giác vui thú. Bạn hãy thử nhìn lại cuộc đời mình đi, với những cảm giác dễ chịu, những sự kiện vui thích mà mình đã kinh nghiệm, chúng có mang lại cho ta một hạnh phúc nào vĩnh viễn chăng? Chúng ta biết chắc là không, bởi vì tự chúng cũng không thể nào có mặt lâu dài được.

Xã hội và văn hoá chúng ta lúc nào cũng vun bồi cho một niềm tin rằng hạnh phúc được phát xuất từ những cảm giác vui thích. Có lần tôi xem một trang quảng cáo thuốc lá có hình của một đôi nam nữ rất đẹp đứng trong một khung cảnh như thiên đàng, với điếu thuốc trên tay, bên dưới là dòng chữ: "Không có gì ngăn trở được thú vui của tôi." Và đó không chỉ là lời quảng cáo cho thuốc lá mà thôi, thật ra nó có mặt khắp nơi trong mọi khía cạnh của cuộc sống. Có được cái này và bạn sẽ có hạnh phúc, **nhận** được cái kia thì bạn sẽ có một niềm vui...

Một điều rất nguy hiểm là niềm tin này - hạnh phúc chân thật có thể phát xuất từ những cảm giác vui thích - sẽ khiến ta trở nên khép kín với những gì mang lại cho ta sự khó chịu. Nhưng nếu ta đóng chặt con tim trước khổ đau thì ta cũng tự lấp kín nguồn suối thương yêu của chính mình.

Tuệ giác thiền tập sẽ giúp ta thấy rằng, hạnh phúc hoàn toàn không tùy thuộc vào những cảm giác dễ chịu của ta. Nhưng nếu vậy thì hạnh phúc chân thật bắt nguồn từ đâu? Và đó cũng là câu hỏi chính của thiền tập.

Thiền tập là một nghệ thuật sống, một nghệ thuật tương quan với những gì có mặt trong ta và chung quanh ta. Mỗi khi ta có những cảm xúc như buồn hay vui, giận hờn hay thương yêu, sợ hãi hay can đảm... bao giờ cũng có rất nhiều cách khác nhau để ta quan hệ với chúng. Ta có bị vướng mắc không? Ta có nhận chúng là mình không? Tâm ta có rộng lớn đủ để chấp nhận chúng không, hay đang bị chúng sai xử?

Tâm ta cũng giống như một bầu trời rộng lớn, một không gian bao la. Mọi vật có thể khởi lên trong đó, nhưng không gian ấy vẫn không hề bị ảnh hưởng. Với công phu thiền tập tâm ta có thể được giống như bầu trời ấy, không hề bị lôi cuốn hay dính mắc vào một hiện tượng nào hết. Với một tâm như vậy, chắc chắn ta sẽ an trú trong hạnh phúc, vì nó không hề bị thay đổi hay chi phối bởi những điều kiện. Không có một hạnh phúc nào cao tột hơn là niềm an lạc. Và sẽ có lúc ta cảm nhận được sự thật ấy.

Điều quan trọng ta cần nhớ là hãy xem tâm từ như là một sự thực tập. Có lúc ta cảm thấy thương yêu, và sẽ có lúc không. Cũng có những lúc niềm đau nỗi khổ to lớn quá, ta cần phải bước lui lại một chút, khép kín lại một chút, để mình không bị tràn ngập. Những lúc ấy, ta cần tạo cho mình một khoảng không gian để có thể lấy lại được sự quân bình và an ổn. Và với một năng lượng mới, ta lại có thể mở rộng con tim mình ra. Mỗi lần thực tập tâm từ là mỗi lần năng lượng thương yêu trong ta được lớn mạnh thêm.

Trong thiền tập cũng như trong cuộc sống hằng ngày, vấn đề quan trọng không phải là ta có một kinh nghiệm đặc biệt nào, mà là ta thực tập tiếp nhận chúng như thế nào! Nếu ta biết đối xử với chúng cho khôn khéo, cho dù bất cứ điều đó là gì, tâm ta sẽ mở rộng ra trước mọi kinh nghiệm của cuộc sống. Và tuệ giác ấy sẽ nuôi dưỡng, làm lớn mạnh tâm từ trong ta.

Đức Đạt-lai Lạt-ma nói: "Chúng ta chỉ là những người khách ghé thăm hành tinh này. Chúng ta ở đây nhiều lắm thì cũng chín mươi, hoặc trăm năm là cùng. Trong thời gian ấy, ta hãy gắng làm gì cho hữu ích, mang lại những gì là tốt lành cho cuộc đời bằng cuộc sống của mình. Hãy tập cho mình có một sự an lạc, và chia sẻ niềm an lạc ấy đến với người chung quanh. Và nếu ta đóng góp được hạnh phúc cho kẻ khác, ta sẽ thấy được mục đích của cuộc đời này, ý nghĩa của cuộc sống này."

Điều đó rất đơn giản. Chúng ta chỉ ở đây trong một thời gian thật ngắn ngủi. Chúng ta có thể làm điều gì tốt lành với cuộc sống của mình không? Ta có thể tạo cho mình một niềm an lạc và san sẻ hạnh phúc ấy với người khác được chăng? Và khi ta đóng góp thêm cho hạnh phúc của kẻ khác ta sẽ thấy được mục đích và ý nghĩa của cuộc đời này. Công việc của ta là vậy. Và đó cũng là một thử thách của ta.

Joseph Goldstein

Bố thí là sự tu tập

Nhiều năm trước đây tôi có hướng dẫn những khóa tu học với chủ đề bố thí như một phương pháp tu tập. Những người đến tham dự là một nhóm tình nguyện viên của một trung tâm thiền tập trong vùng. Chúng tôi khám phá ra một điều khá ngạc nhiên là chỉ có một vài người trong nhóm nghĩ rằng, sự phục vụ của mình cũng là một phương pháp tu tập. Còn đa số thì cho rằng, họ bỏ công sức và thì giờ làm việc là vì không có đủ tiền, cho nên họ tình nguyện giúp việc trong các trung tâm để có thể tham dự các khoá tu học miễn phí. Trong tâm những người ấy **chỉ chú trọng đến** những gì được tiếp nhận hơn là những gì mang ra ban cho.

Cũng có một số người nói rằng, họ tình nguyện vì **việc này** thích hợp với "triết lý sống" của họ, phụng sự là một việc cao thượng "**đáng làm**", thế thôi! Họ không cảm thấy có gì đặc biệt trong công việc ấy cả. Và họ cũng không thấy được có một tương quan nào giữa sự tình nguyện của mình với một phương pháp tu tập. Họ nghĩ rằng bố thí hay cúng dường chỉ có nghĩa là ta kính dâng tặng một số tiền cho vị thầy hướng dẫn sau mỗi khóa tu.

Theo tôi thì các tình nguyện viên này đã vô tình không ý thức được những hạnh phúc lớn trong sự bố thí công sức và thời giờ của họ. Chúng ta ai cũng biết rằng, mình cần bỏ công sức vào những việc gì mình tin và trân quý, nhưng ít ai trong chúng ta lại có thể hiểu được sâu sắc về lợi ích của nó.

Và tôi cũng ngờ rằng, trong chúng ta có mấy ai hiểu được lý do vì sao sự bố thí lại được xem là rất quan trọng trong đạo Phật. Chúng ta ai cũng biết ban cho là một điều tốt lành, và ta sẵn sàng giúp **đỡ** người khác mỗi khi có ai cần đến. Nhưng chúng ta có nhìn sâu sắc và thấy được rằng bố thí cũng là một con đường tu tập giải thoát chăng?

Có một vị thầy rất nổi tiếng **có dạy rằng**: "Trong cuộc sống đầy những thúc đẩy chạy theo vật chất này, gốc rễ là lòng tham ái, bố thí là con đường đưa ta đến Niết-bàn."

Khi giảng dạy cho những người mới bước vào con đường tu tập, đức Phật thường bắt đầu bằng cách dạy họ bố thí. Và có nhiều người tin rằng, sở dĩ đức Phật đặt nó vào địa vị đầu tiên trong các *ba-la-mật* là vì bố thí là nền tảng căn bản nhất, các *ba-la-mật* khác đều phát triển từ sự bố thí.

Nhưng cũng có khi vì nó được nhắc đến đầu tiên mà ta có thể cho rằng nó không quan trọng, chỉ là bước đầu cho người sơ cơ mới vào đạo. Ta có thể bỏ qua để thực tập những cái khác "cao" hơn! "Biết rồi, biết rồi, bây giờ thực tập tiếp sang cái khác đi!" Nhưng thật ra bố thí **hay** cúng dường không chỉ là một phần của con đường tu học, mà nó chính là nền tảng căn bản của sự tu tập. Và chính từ nền tảng đó mà tất cả những cái khác được xây dựng lên.

Có một vị sư trưởng trong truyền thống của Ngài *Ajahn Chah* nói rằng, sở dĩ đức Phật dạy bố thí đầu tiên là vì nếu một người không thể thực tập bố thí thì ta không thể dạy đạo cho người ấy.

Nếu ta không thấy được tầm quan trọng của sự bố thí, và không có một kinh nghiệm gì về nó, thì những hình thức tu tập khác - như là trì giới, thiền quán, hoặc tâm từ - sẽ không thể nào cất cánh **nổi**. Ta cần phải có một sự mềm mỏng của con tim, một sự nhẹ nhàng êm ái, một thái độ vị tha, trước khi có thể bắt đầu bước đi trên con đường tu tập! Và sự nhẹ nhàng êm ái ấy chỉ có thể được phát triển bằng kinh nghiệm trực tiếp của sự bố thí.

Tôi nghĩ không hề quá đáng khi cho rằng hiểu và ý thức

rõ năng lượng của bố thí là một điều kiện tiên quyết trên con đường giải thoát.

Vậy ta thực hành bố thí trên đường tu tập như thế nào? Câu trả lời là: Bằng cách tiếp xúc lại với hạt giống rộng lượng trong ta, và học trực tiếp từ chính kinh nghiệm thực tập bố thí.

Tôi biết **điều này** không đơn giản như mình nghĩ, nhưng sự thực tập bố thí có công năng chuyển hóa được *ngã chấp*. Với sự thực tập này, chúng ta sẽ chuyển hoá được những **vướng mắc** trong ta - chỉ biết có mình, của mình và cho chính mình - và ta thay thế chúng bằng sự quan tâm đến những an lành của **người** khác.

Trên con đường tu tập, bố thí là một phương pháp thực tập rất nhiệm mầu. Ta hãy kinh nghiệm trực tiếp từ hai hành động của mình: ban cho và nắm giữ, cái nào mang lại cho ta khổ đau và cái nào mang lại cho ta nhiều hạnh phúc hơn?

Đức Phật có **dạy:**

"Này các thầy, trong cuộc sống này, một người biết ban cho sẽ có ba hạnh phúc. Ba hạnh phúc ấy là gì? Trước khi bố thí tâm người ấy cảm thấy hạnh phúc. Trong khi bố thí, tâm người ấy cảm thấy an lạc. Và sau khi bố thí tâm người ấy cảm thấy rất hân hoan."

(Anguttara, 6.37)

Ta hãy thử thực tập và hãy tự mình kinh nghiệm **điều đó!**

Gloria Taraniya Ambrosia

Lá chắn tình thương

Tôi nghĩ câu **chuyện** Phật giáo đầu tiên mà tôi được nghe khi mới bắt đầu tu tập, vào ba mươi năm trước, là câu chuyện này. Có một **bọn** cướp kéo ngang qua miền quê ở Nhật, gieo tang tóc và kinh hãi cho bất cứ nơi nào chúng đến. Khi chúng sắp sửa kéo đến một làng nọ, tất cả các tu sĩ trong ngôi chùa của làng đều rủ nhau di tản hết, chỉ có vị trú trì là ở lại. Khi **bọn** cướp bước vào chùa, chúng thấy vị sư trưởng ngồi yên trong tư thế toạ thiền **giữa chánh điện**, vững chãi và tĩnh lặng.

Tên tướng cướp lộ **vẻ** tức giận, hắn bước đến gần vị sư, tuốt gươm ra và hét lớn: "Tên kia, ngươi có biết ta là ai không? Ta là **người** có thể đâm lưỡi gươm này xuyên qua người của ngươi mà không hề rúng động hay chớp mắt!"

Vị sư mở mắt nhìn tên tướng cướp và nói: "Và thưa ngài, tôi là **người** có thể để lưỡi gươm của ngài đâm xuyên qua mà không hề rúng động hay chớp mắt!"

Phải mất nhiều năm tôi mới thật sự hiểu được ý nghĩa sâu sắc của câu **chuyện** thiền ấy. Ngày xưa, tôi không bao giờ có thể tưởng tượng được là mình có thể đứng trước một sự việc như vậy mà lại không chớp mắt. Khi còn trẻ, nếu như có ai đi thử tánh giật mình của tôi thì chắc chắn tôi sẽ thất bại hoàn toàn. Và một lý do khác nữa khiến tôi không thích câu **chuyện** ấy vì nó có **vẻ** coi thường sự sống quá! Ngày xưa tôi nghĩ câu **chuyện** ấy muốn nói rằng, đối với vị thiền sư thì việc sống hay chết cũng không có gì khác biệt. Nhưng đối với tôi thì chúng là một trời một vực khác nhau. Tôi thì rất muốn sống!

Thật sự tôi không biết phải chăng câu chuyện ấy có ý muốn nói rằng, vì có được một tuệ giác lớn, thấy được chân lý, nên đối với vị thiền sư vấn đề sanh tử không có gì khác biệt nhau! Nhưng tôi nghĩ đó không phải là vấn đề quan trọng. Điểm quan trọng, mà bây giờ theo tôi hiểu, là vị thiền sư ấy thật sự biết rõ rằng, trong giây phút đó ông không thể làm gì khác hơn được hết. Câu chuyện không hề nói gì về việc vị thiền sư ấy cảm thấy thế nào về cái chết; chỉ nói rằng ông vẫn giữ được sự quân bình của mình trước cái chết không tránh được trước mắt.

Đứng trước một khó khăn chắc chắn sẽ xảy ra, ta có hai sự chọn lựa. Ta có thể chống cự bằng thân hoặc trong tâm, và rồi chỉ tạo nên nhiều rối loạn và bất an cho chính mình. Hoặc ta có thể đơn giản nhận biết rằng sự thật đang xảy ra là như vậy! Mà bạn biết không, thường thì đó là điều xảy ra khi những việc trọng đại, ví dụ như một cái chết, đang sắp sửa đến gần. Tâm ta sẽ buông bỏ hết những hy vọng về một thực tại khác hơn. Và khi ta buông bỏ được những kỳ vọng ấy, tâm ta cũng sẽ trở nên buông thư và an tĩnh hơn. Nó không còn mệt mỏi đi tìm kiếm một lối thoát nào, vì thật ra không còn cách nào khác hơn nữa. Thế nên, mặc dù đó là sự chấm dứt, nhưng không có gì là khổ não.

Điều quan trọng đối với tôi là làm sao để thấy được sự khác biệt giữa khổ (*suffering*) và đau (*pain*). Khổ là phần xáo động, căng thẳng xảy ra trong tâm, nó chỉ là phần phụ trội, cộng thêm vào cho cái đau của thân hoặc tâm. Nếu ta tránh được sự căng thẳng ấy là ta cũng tránh được cái khổ. Và vị thiền sư trong chuyện đã có thể buông bỏ được sự căng thẳng ấy.

Bạn biết không, ngay cả những ai chưa có nhiều năm tháng tu tập cũng vẫn có khả năng buông bỏ được cái phần bất an ấy, khi họ bắt buộc phải đối diện với những gì không thể tránh né được. Mà đó không phải là lý thuyết suông đâu! Tôi đã từng chứng kiến điều này nơi những người bạn của tôi, khi họ đang hấp hối với chứng bệnh ung thư.

Một thái độ vô úy, không sợ hãi, chỉ đơn giản là một thái độ biết chấp nhận bất cứ việc gì đang xảy ra. Nhưng đó không phải là một thái độ *"dửng dưng"*, *"bất cần đời"* của tuổi trẻ mới lớn, có tính cách thách thức. *"Bất cứ việc gì"* ở đây có nghĩa là cho dù đó là bất cứ sự thật nào. Cái này xảy ra vì cái kia xảy ra, cái này có mặt vì cái kia có mặt. Luật nghiệp quả có thật. Đây là những gì đang có mặt và xảy ra trong giây phút này. Thực tại là như vậy và không thể khác hơn. Nó là như thế đó, và một thái độ biết chấp nhận luôn có khả năng xoa dịu mọi bất an.

Sự vô úy như thế còn phát xuất từ một tấm lòng từ ái và tốt đẹp, cho dù ta phải đối diện với bất cứ sự đe doạ nào. Lẽ dĩ nhiên là ta cảm thấy sợ hãi, nhưng thay vì chống cự lại, ta ôm lấy và chấp nhận nỗi sợ ấy - tâm từ là một liều thuốc có công năng trực tiếp giải trừ hết mọi sợ hãi.

Điều này đã được diễn tả qua một hình ảnh rất đẹp về đức Phật trong đêm thành đạo. Đức Phật ngồi dưới cội bồ-đề, một dáng ngồi thanh thản và tĩnh lặng, và bao bọc quanh ngài như có một tấm màn chắn bảo vệ. Bên ngoài, chung quanh là các ma vương, chúng là những phiền não, khổ sở đàn áp tâm ta. Có những ma vương cầm giáo nhọn hướng về đức Phật, có những ma vương hiện hình thành những thiếu nữ xinh đẹp đầy khêu gợi, chúng muốn ngăn chặn sự tập trung của Phật, muốn khơi dậy sự sợ hãi trong tâm ngài trước sự tấn công tới tấp từ mọi phía.

Nhưng đức Phật vẫn ngồi yên bất động, với một bàn tay chạm xuống mặt đất, như muốn nói rằng: "Ta có toàn quyền có mặt ở nơi này." Tấm màn chắn che chở chung quanh, bảo vệ Phật khỏi mọi sợ hãi và khổ đau đó chính là lòng từ. Chính năng lượng tâm từ của ngài đã toả chiếu và làm tan biến mọi khổ não và lo âu.

Thái độ bao dung và tâm từ của ta cũng là tấm chắn bảo vệ và che chở chính mình. Trong hình ảnh ấy, khi những ngọn giáo và mũi tên bay chạm vào tấm màn chắn bao quanh Phật, chúng biến thành những đoá hoa thơm lả tả rơi xuống mặt đất chung quanh ngài. Tôi nghĩ rằng những đoá hoa đó tượng trưng cho sự chuyển hóa, khổ đau biến thành hạnh phúc. Và nếu ta biết nuôi dưỡng tâm từ, với một tấm lòng rộng mở, cũng như đức Phật, ta sẽ có khả năng làm tan biến mọi sự mê mờ, khổ đau và tất cả những sợ hãi trên cuộc đời này.

Bây giờ ta hãy trở lại với câu **chuyện** của vị thiền sư kia. Giả sử trong tu viện của ông có những vấn đề khó khăn, bất hòa, những đệ tử của ông tỏ thái độ bất kính, bỏ ông đi tìm một vị thầy khác. Hoặc là ông bị mắc chứng bệnh đau khớp xương, không thể ngồi thiền trên toạ cụ như xưa... Nếu như tôi là người viết chuyện, tôi sẽ kể rằng vị thiền sư ấy không hài lòng với những gì xảy ra, có lẽ ông thất vọng về phương pháp dạy đệ tử của mình, ông muốn cho cơ thể mình bớt đau... **Nhưng** ông vẫn không hề rúng động hay chớp mắt!

Sylvia Boorstein

Ai cũng biết thương yêu

Tâm *Bồ-đề*, *Bodhicitta*, trong đạo Phật cũng còn có nghĩa là một tâm hoàn toàn rộng mở. "*Citta*" có nghĩa là tâm, và "*bodhi*" có nghĩa là giác ngộ.

Con đường phát triển **tâm *Bồ*-đề** là một hành trình cá nhân của mỗi chúng ta. Con đường ấy cũng chính là cuộc đời mà ta đang có, một hành trình trên con đường giác ngộ. Nhưng giác ngộ không phải là những gì ta đạt được sau khi nghe những lời hướng dẫn và thực hành đúng. Thật ra, trong vấn đề giác ngộ ta không thể nào "*thực hành đúng*"!

Trên hành trình ấy, ta đi về một hướng mà mình không biết rõ, và nơi đó ta cũng không thể xác định chắc chắn. Chúng ta chỉ biết tập cho mình có một cái nhìn mới, biết cảm nhận thực tại một cách cởi mở và uyển chuyển hơn. Phát triển tâm *bồ-đề* là một phương cách giúp ta thực hiện được điều ấy. Và chúng ta có thể bắt đầu bằng cách tiếp xúc trực tiếp với những gì đang có mặt, bằng cách nhận diện những cảm xúc của mình.

Tâm *Bồ-đề* thường có mặt những khi ta cảm thấy an tĩnh và hạnh phúc, khi ta biết thương yêu, dù bất cứ dưới một hình thái nào. Trong mỗi giây phút an lạc là **tâm** bồ-đề có mặt. Và nếu ta biết nhận diện và trân quý những giây phút ấy, cho dù nó có ngắn ngủi hoặc mỏng manh đến đâu, tâm thương yêu cũng sẽ từ từ nới rộng ra theo thời gian. Khả năng thương yêu của ta có một năng lượng rất lớn, nếu biết nuôi dưỡng và tưới tẩm, nó sẽ lớn rộng ra đến vô cùng tận.

Và tâm *bồ-đề* không chỉ hiện hữu khi ta cảm thấy an tĩnh mà thôi, thật ra nó cũng có mặt trong những lúc ta cảm thấy tức giận, ghen ghét, ganh tỵ hoặc trong những lúc bất mãn sâu xa. Ngay giữa những cảm xúc tiêu cực và đau đớn nhất, ta cũng vẫn có thể tiếp xúc được với tâm *bồ-đề* của mình, nếu ta biết tiếp nhận chúng với một con tim rộng mở và ý thức rằng đó là một khổ đau chung. Chúng ta đều cùng chia sẻ với nhau một nỗi khó khăn ấy, khổ đau này không phải là của riêng ai.

Ngay giữa một hoàn cảnh khốn khó nhất, ta vẫn có thể nghĩ đến những người đang cùng một cảnh ngộ như mình, và cầu mong cho tất cả được an vui, được thoát ra khỏi khổ đau. Và mỗi khi ta tiếp xúc với cảm xúc ấy, những bức tường chia cách giữa ta và người chung quanh sẽ tự động tan biến mất.

Trên đảo *Cape Breton*, nơi tôi ở tại *Nova Scotia*, vào mùa đông những mặt hồ đều bị đông cứng. Nó cứng chắc đến nỗi người ta có thể lái xe hơi hay xe tải chạy lên trên đó. Nhà phát minh ra điện thoại là ông *Alexander Graham Bell* khi xưa cũng đã cất cánh phi cơ của ông trên mặt hồ ấy. Nó đông cứng đến như vậy. Và tôi liên tưởng đến những thói quen, tập quán của chúng ta, dường như chúng cũng đông đặc giống như mặt nước đá ấy. Nhưng khi mùa xuân đến, những tảng băng đá đó sẽ tan chảy. Tính chất của nước muôn đời vẫn vậy, chưa bao giờ bị hư hao hoặc mất đi, cho dù là đang ở giữa một mùa đông dài vô tận. Nó chỉ thay đổi hình tướng mà thôi. Và khi tảng băng tan ra, tính chất mầu nhiệm nuôi dưỡng sự sống của nước lại có mặt.

Bản chất bao dung và rộng mở của một tâm *bồ-đề* cũng tương tự như thế. Nó bao giờ cũng có mặt nơi này, cho dù lúc ấy ta có cảm tưởng như tình thương của mình hoàn toàn bị khô cằn hoặc chai đá, dường như mình có thể đáp được cả một chiếc phi cơ lên trên ấy!

Những khi tôi cảm thấy tâm hồn mình như đang ở giữa

một mùa đông dài tăm tối, và dường như không gì có thể làm cho nó tan chảy được, tôi chợt nhớ lại hình ảnh này và biết rằng, cho dù tảng băng có đông cứng đến đâu, dòng nước thương yêu vẫn không hề bị khô cạn hay mất đi. Nó lúc nào cũng hiện hữu. Và trong những giây phút ấy, tôi ý thức được tâm *bồ-đề* của mình vẫn đang có mặt, dầu là trong một dạng đông cứng và bất động.

Tôi biết rằng, mình có thể làm tan chảy trạng thái đông đặc ấy bằng hơi ấm của tâm từ. Và phương cách hay nhất là ta hãy tưởng nhớ đến một người nào mình thương mến, thân thiết hoặc biết ơn. Có nghĩa là ta khơi dậy năng lượng ấm áp đang sẵn có trong ta. Nếu như ta không nghĩ ra được một người nào thì ta có thể nghĩ đến một hoàn cảnh nào đó, hoặc một loại hoa lá nào mà ta ưa thích chẳng hạn. Đạo sư *Trungpa Rinpoche* thường nói: "Tất cả mọi người, ai cũng có ưa thích một cái gì đó. Cho dù đó có thể chỉ là một ổ bánh mì." Ý ông muốn nói, ta hãy tiếp xúc với niềm vui sẵn có trong ta và nuôi dưỡng nó.

Hãy nghĩ đến một người hay một hoàn cảnh nào có thể tự động khơi dậy tâm từ trong ta. Tâm từ là ý muốn đem niềm vui đến cho người khác và giúp họ vơi bớt khổ đau. Đó không phải là lòng thương hại hoặc một thứ tình cảm máy móc, nhưng được phát xuất từ cảm nhận rằng tất cả chúng ta đều cùng chung một hoàn cảnh như nhau.

Tâm từ là một mối quan hệ bình đẳng. Vì vậy, những khi nào cảm thấy như mình bị đông cứng, bạn hãy tiếp xúc với tình thương ấy đang sẵn có trong ta - cảm xúc đối với người nghèo khó, đớn đau vì bệnh tật, với những người thân, hoặc với bất cứ ai ở nơi nào - hãy để cho điều đó làm tan chảy những tảng băng đông cứng và mở rộng con tim mình ra.

Tình thương cũng giống như những yếu điểm trên một bức tường thành kiên cố của cái *ngã*. Và chúng ta nên tấn công vào những chỗ hở ấy. Nếu ta chỉ tiếp xúc được với tâm từ trong một giây ngắn ngủi thôi, điều đó cũng sẽ khiến cho khổ đau của ta được mềm ra, và khả năng hạnh phúc sẽ được tăng trưởng thêm một chút. Và ngay trong giây phút ấy ta tiếp xúc được với **tâm** *bồ-đề*.

Khi tôi còn nhỏ, tôi có **xem** những truyện tranh về một nhân vật tên là *Popeye*. Bình thường thì ông ta rất yếu ớt, và có nhiều khi bị người khác hiếp **đáp**, đe doạ. Những lúc ấy ông ta lấy hộp rau *spinach* ra và nuốt trọn hết. Ông chỉ cần mở nắp hộp ra và đổ hết vào miệng **rồi**, đùng một cái, ông trở **thành** một người đầy tự tin và sức mạnh vô địch để đối phó với bất cứ đối thủ nào.

Khi chúng ta dùng những cảm xúc thương yêu để tiếp xúc với **tâm** *bồ-đề* thì việc ấy cũng xảy ra với chính ta! Tâm bồ đề cũng giống như rau *spinach* của tâm linh vậy. Nhưng xin các bạn đừng nói lại với ai là tôi đã ví dụ như vậy nhé!

Pema Chödrön

Như cánh chim trong cơn gió mạnh

Trong buổi lễ quy y Tam bảo, những người chính thức trở thành Phật tử đều nhận được một pháp danh. Mỗi pháp danh thường có ý nói đến hạnh nguyện tu tập của người ấy. Tôi có một ghi nhận này, là mỗi khi một phật tử (người Tây phương) nhận được pháp danh nào có nghĩa như là "buông dứt" hay "từ bỏ" (renunciation), họ đều tỏ vẻ không thích. Nhưng tôi nghĩ thật ra thì tùy chúng ta hiểu chữ ấy như thế nào mà thôi.

Tôi thì được học rằng buông bỏ ở đây có nghĩa là buông bỏ sự vướng mắc của mình. Cái mà ta muốn từ bỏ ở đây là một thái độ khép kín và tránh né cuộc sống. Bạn có thể nói rằng, sự từ bỏ cũng đồng nghĩa với sự cởi mở và tiếp xúc với giây phút hiện tại.

Và có lẽ cũng đúng khi ta nghĩ rằng, nền tảng của sự từ bỏ ấy chính là một cái ta chân thật, đó là bản tính tốt lành và vui tươi của ta. Theo truyền thống đạo Phật cũng như trong nhiều truyền thống tâm linh khác, bản chất của mỗi chúng ta là vui khoẻ và tốt lành. Mỗi người chúng ta sinh ra đều có đầy đủ khả năng thương yêu và với một tuệ giác. Sự từ bỏ ấy nói rằng, chúng ta đã có sẵn hết những gì mình cần và những gì đang có là rất tốt lành. Chỉ cần chúng ta biết tiếp xúc lại với cái giây phút hiện tại này mà thôi.

Mới đây khi tôi ngồi trong một văn phòng bác sĩ, trên tường có treo bức tranh người phụ nữ da đỏ nắm tay một bé gái, cả hai cùng đi trên đường, bên dưới là dòng chữ: "Bốn mùa đến rồi đi, xuân qua rồi hè đến, hè hết rồi thu sang, thu đi thì đông tới. Con người sanh ra và lớn lên, trưởng thành, rồi già và chết. Tất cả đều có những vòng xoay của nó. Ngày sang đêm, đêm tiếp nối ngày. Đẹp thay khi ta cũng là một phần của tất cả những cái ấy."

Sự từ bỏ có nghĩa là ta ý thức được rằng, cái ý muốn được sống trong một thế giới được chở che, nhỏ nhoi, và giới hạn của ta là không thật. Một khi ta cảm nhận được sự rộng lớn của cuộc sống này và thấy được khả năng kinh nghiệm sự sống của mình là bao la đến đâu, thì chắc chắn ta sẽ hiểu được sự buông bỏ.

Trong lúc ngồi thiền, ta trở về với hơi thở của mình. Trong mỗi hơi thở ra, ta sẽ có một cảm nhận cởi mở và tiếp xúc với giây phút hiện tại. Rồi khi tâm ta bị lôi kéo theo những mơ tưởng xa xôi nào đó, ta thầm nói: "Đó chỉ là suy nghĩ." Chúng ta nói thầm một cách rất từ tốn và chính xác. Mỗi lần ta có thể từ bỏ được sự suy nghĩ ấy, mỗi lần ta buông bỏ ở cuối mỗi hơi thở ra, thì đó cũng chính là một sự từ bỏ cơ bản: buông thả cái thái độ nắm giữ và ôm chặt của mình.

Như một dòng sông đang chảy mạnh xuống núi, và đột nhiên gặp phải những tảng đá lớn và nhiều cây cao. Dòng nước không thể nào chảy tiếp được nữa, mặc dù nó đang chảy rất mạnh và có nhiều năng lượng. Dòng nước bị dừng hẳn lại. Và trong cuộc đời, đôi khi chúng ta cũng bị ngăn chặn giống như thế. Khi ta tập buông thả ở cuối một hơi thở ra, tập buông bỏ những suy nghĩ của mình, thì cũng giống như ta đang dời những tảng đá lớn ấy sang một bên, giúp cho dòng nước được trôi chảy tiếp, để cho năng lượng sự sống của ta được diễn tiến và tiếp tục đi tới. Chúng ta không vì sợ hãi những gì mình không biết mà đắp thêm những tảng đá, xây lên những đập nước để trốn tránh sự sống.

Vì vậy mà sự từ bỏ cũng có nghĩa là nhìn thấy rõ được mình tự bảo vệ như thế nào, ta đóng kín ra sao, và tránh né những gì, và rồi thực tập làm sao để cởi mở. Điều đó có nghĩa là ta sẵn sàng tiếp nhận bất cứ những gì đang đặt trước mặt mình, bất cứ chuyện gì đến gõ cửa ta, bất cứ chuyện gì xảy ra trên điện thoại...

Muốn làm được việc ấy ta phải có khả năng bước đến ngay sát bờ mé của chính mình, và chỉ khi ấy ta mới thật sự biết được thế nào là buông bỏ. Có một câu chuyện về một nhóm người cùng leo lên một ngọn núi cao. Ngọn núi có một dốc thẳng đứng và rất cheo leo. Khi leo lên được một khoảng, có vài người quay lại nhìn xuống và cảm thấy choáng váng, họ đông cứng vì sợ hãi. Những người này đã bước đến ngay bờ mé của mình và họ không thể tiến xa hơn được nữa. Nỗi sợ hãi của họ quá lớn, khiến họ không còn dám cử động. Những người khác thì tiếp tục leo cao hơn, họ vẫn nói năng cười đùa với nhau. Nhưng khi vách núi trở nên dốc hơn, nguy hiểm hơn, lại có thêm một số người nữa trở nên đông cứng vì sợ hãi. Từ chân núi lên đến ngọn, có những điểm khác nhau mà người ta gặp được cái bờ mé của chính mình, họ bỏ cuộc và không thể nào tiến xa hơn được nữa.

Nhưng bài học của câu chuyện ấy là, vấn đề ở đây không phải là nơi nào mà ta gặp bờ mé, giới hạn của mình, mà điểm quan trọng chính là ta **bắt** gặp nó.

Cuộc sống là một hành trình mà ta sẽ tiếp tục bước đến sát bờ mé của mình, hết lần này đến lần khác. Và ngay nơi đó chính là điểm thử thách của ta! Nếu bạn là một người muốn thật sự sống, bạn sẽ tự hỏi, "Tại sao ta phải sợ hãi đến thế? Ta muốn trốn tránh những gì đây, ta không muốn nhìn thấy những gì đây? Tại sao ta không thể tiến xa hơn được nữa?"

Những người leo lên đến đỉnh núi không phải là những kẻ anh hùng. Có thể họ không biết sợ chiều cao, nhưng rồi chắc chắn họ cũng sẽ gặp bờ mé của họ ở một nơi nào khác. Những người bỏ cuộc nửa chừng không phải là kẻ thất bại. Họ chỉ là những người đã gặp bài học của mình sớm hơn những kẻ khác mà thôi. Dầu sớm hay muộn gì thì rồi tất cả chúng ta đều cũng sẽ gặp bờ mé, giới hạn của chính mình.

Nhưng chúng ta phải tập buông bỏ như thế nào? Làm sao ta có thể vượt thắng được cái năng lượng ngăn trở khiến ta trở nên bất động, không dám tiến thêm một bước nữa về một nơi mà mình không biết rõ? Làm sao ta có thể đẩy được cánh cửa đá to lớn ấy để lại tiếp tục bước qua, để sự sống trở thành một tiến trình chuyển hoá, giúp ta trở nên vô uý và linh động, như một con chim lượn bay giữa những cơn gió lớn trên bầu trời cao?

Những con thú và cây cỏ nơi vùng tôi ở tại *Cape Breton* rất là táo bạo, gan lì, mà cũng thích đùa **giỡn** và vui tính. Thời tiết càng **khắc nghiệt** đến đâu thì những con chim ở đây lại càng ưa thích bấy nhiêu. Chúng rất thích thú khi mùa đông đến, khi bầu trời có những cơn gió hung bạo và thiên nhiên phủ toàn tuyết và đá. Những con chim này thường thách thức những cơn gió **mạnh**. Chúng đậu lên những cây cao rồi bám chặt lấy cành bằng chân và ngay cả bằng mỏ. Khi những cơn gió ào đến thật mạnh, chúng buông thả ra và bị thổi tung, cất bổng lên cao. Chúng **giương** cánh ra và bay lượn lên cơn gió. Sau một lúc, chúng lại trở về đáp xuống trên cây và bắt lại từ đầu. Đó là một trò chơi.

Có lần, tôi thấy chúng trong một trận gió **mạnh** hung dữ như một cơn bão, chúng níu lấy chân nhau và cùng rơi xuống, rồi chúng thả nhau ra tung bay khắp nơi. Xem như một trò **xiếc** vậy! Chúng chắc chắn phải có một sự đam mê trước những thử thách và đối với cuộc sống. Như bạn thấy, đó là một thái độ rất đẹp và đầy cảm hứng. Và chúng ta cũng giống y như vậy.

Mỗi khi ta thấy mình đã đến sát bờ mé, giới hạn của ta, thay vì nghĩ rằng: "Mình đã lầm rồi," ta chỉ cần công nhận giây phút hiện tại này và bài học của nó. Thay vì tự bảo rằng:

"không," ta hãy nhẹ nhàng từ tốn cảm nhận con tim mình, nó có một năng lượng cởi mở, tha thứ và thương yêu đối với chính ta.

Con đường của giác ngộ là con đường mà ta phải tiếp tục đối diện với những thử thách lớn, và rồi ta thực tập làm sao để làm mềm dịu và cởi mở ra. Nói một cách khác, khi đối diện với những gì là cứng rắn và ngăn trở, ta thực tập sự buông bỏ bằng cách cảm nhận nó bằng cả con tim của mình. Ta có một tâm từ đối với hoàn cảnh nan giải của mình, và cho cả cái tình trạng chung của nhân loại. Ta làm cho nó mềm dịu đi, để ta có thể thật sự ngồi yên đó với những cảm giác khó khăn của mình, và để cho chúng lại càng làm cho ta được mềm dịu hơn.

Con đường của sự từ bỏ là con đường biết chấp nhận, biết nói "vâng" đối với cuộc sống. Trước hết, ta ý thức rằng ta đã tiến đến ngay sát bờ mé của mình, tất cả những gì trong ta đều đang chống lại, đang nói không, và chính ngay ở điểm đó ta thực tập mềm dịu. Lúc đó là một cơ hội để ta thực tập tâm từ đối với chính mình, **điều đó** sẽ mang lại cho ta một thái độ vui tươi và cởi mở - biết vui đùa như một con chim trước **những** cơn gió **mạnh**.

Pema Chodron

Tràng chuỗi lo âu

Cầm lên một tràng chuỗi niệm Phật, và lập tức bạn sẽ cảm thấy ngay cái cảm giác rất dễ chịu trong tay mình. Mà điều ấy cũng có mặt với tất cả mọi xâu chuỗi cầu nguyện trong những truyền thống tôn giáo khác.

Trước hết, đó là một cảm giác làm an dịu tâm hồn, mà dường như nó chỉ tăng lên khi những hạt chuỗi trở nên trơn láng và đậm màu hơn theo với thời gian sử dụng. Và tiếp theo là biểu tượng của nó - một sự liên kết, nối liền với một truyền thống rất xa xưa. Lần qua những hạt chuỗi trên tay là bạn đang tiếp xúc với một phương pháp thực tập cổ truyền. Những ngón tay bạn đang nâng niu những hạt chuỗi ấy trong giây phút này, và mai sau lại sẽ có những ngón tay khác tiếp nối công việc ấy, khi bạn đã đi rồi.

Tràng chuỗi cũng được xem như là một phần của chiếc y. Nó được mang quanh cổ hoặc ở nơi tay. Sau hình tượng đầu tròn áo vuông của người xuất gia thì xâu chuỗi là một biểu tượng rõ rệt nhất của người Phật tử, đặc biệt là các cư sĩ.

Lúc ban đầu, thật ra xâu chuỗi được sáng tạo ra là để cho người cư sĩ sử dụng. Ngày nay ta thấy người tu sĩ cũng thường mang theo, nhưng thật ra nếu đi ngược lại nguồn gốc ta sẽ khám phá rằng, những tràng chuỗi là một phương cách giúp ta mang sự thực tập trong tu viện ra áp dụng vào một cuộc sống đầy giới hạn và thách thức ở ngoài đời.

Trong Phật giáo, những tràng chuỗi đầu tiên mục đích không phải để cho các tu sĩ sử dụng. Trong kinh có một câu chuyện rất phổ biến về nguồn gốc của nó.

"Có lần vua Vaidunya sai sứ giả đến thưa lên với Phật: 'Lạy đức Thế Tôn, nước chúng con là một nước vùng

biên thùy, nhiều năm giặc giã, ngũ cốc đắt đỏ, tật dịch tràn lan, nhân dân đói khổ, chúng con thường không nằm yên được. Chúng con được biết Pháp tạng của Như Lai rất rộng rãi, sâu xa, đáng tiếc chúng con vì có những việc lo buồn như thế nên không tu hành được. Chúng con kính mong đức Thế Tôn đặc biệt rủ lòng thương xót, cho chúng con pháp yếu gì để chúng con ngày đêm có thể tu hành được dễ dàng và trong đời mai sau xa lìa được mọi khổ não.'

"Đức Phật bảo sứ giả về thưa với nhà vua rằng: 'Nếu nhà vua muốn diệt được phiền não chướng, báo chướng, nên xâu một chuỗi tràng một trăm lẻ tám hạt bằng hạt cây tra (mộc hoạn tử) và thường đem theo mình; khi đi, khi ngồi, khi nằm thường nên chí tâm, không phân tán ý, xưng danh hiệu: Phật-đà, Đạt-ma, Tăng-già, mỗi lần là lần qua một hạt cây tra. Cứ như thế, lần lượt qua hạt này đến hạt khác.'"

(Kinh Mộc Hoạn Tử, Thích Tâm Châu dịch)

Và Phật dạy, nếu nhà vua cứ thực tập như vậy thì sẽ chấm dứt được hết mọi phiền não.

Đó là câu **chuyện** xưa nhất nói về nguồn gốc của tràng chuỗi, và rõ ràng là sự thực tập ấy có ý định dành cho những ai chưa buông bỏ được những lo âu, phiền muộn của một đời sống thế tục, chứ không phải dành cho các vị đang sống trong Tăng đoàn của Phật.

Và sau này tràng chuỗi cũng được cả giới tu sĩ sử dụng. Điều này có lẽ nói lên được năng lượng nhiệm mầu của chúng, có công năng làm an dịu những lo âu của tất cả mọi người, dù là tu sĩ hay cư sĩ.

Trong một buổi phỏng vấn, ngay chính đức **Đạt-lai Lạt-ma** cũng công nhận rằng Ngài rất gắn bó với xâu chuỗi của Ngài!

Sau gần ba mươi năm sử dụng và làm những tràng chuỗi cho nhiều truyền thống tôn giáo khác nhau, tôi đi đến một kết luận đơn giản là: Tất cả những tràng chuỗi đều là những chuỗi lo âu - từ tràng hạt mân côi của đức Giáo Hoàng, cho đến những xâu chuỗi đeo cổ tay bình thường của người Phật tử, hay không **phải** Phật tử... cũng đều **như** thế. Trong mọi truyền thống tôn giáo, người ta sẽ nói với bạn rằng, những tràng chuỗi của họ là dùng để cầu nguyện - để tiếp nhận một quyền năng cao lớn hơn, tập trung tâm ý, để tu tập tâm linh.

Lẽ dĩ nhiên đó là một sự thật ta không hề chối cãi, nhưng **đó** không phải là mục đích chánh của xâu chuỗi. Tràng chuỗi là cho những lo âu của ta. Chúng đáp ứng cho một nhu cầu rất cơ bản của con người, mà thật ra còn có mặt trước **cả** ý thức về tôn giáo nữa, đó là những **mối** lo âu. Xâu chuỗi của Phật giáo công nhận điều ấy. Nó là một phương tiện giúp ta đối diện với những nỗi lo lắng của mình, nó phối hợp giữa đức tin vào một cái gì huyền bí với những hành động lặp lại giúp ta **có được** một sự an tĩnh cho thân và tâm. Sự khác biệt giữa xâu chuỗi của Phật giáo và những tràng chuỗi của Tây phương chỉ đơn giản là các ý nghĩa và biểu tượng về những tràng hạt của nó mà thôi.

Một xâu chuỗi Phật giáo thường gồm có 108 hạt, mỗi hạt tượng trưng cho một vô minh, một phiền não mang lại khổ đau cho đời người. Người ta thường hỏi tôi về con số 108 này, mặc dù sự tính toán hơi rắc rối một chút, nhưng với cái nhìn của Phật giáo thì **điều đó** hoàn toàn rất có ý nghĩa. Có sáu loại phiền não sanh lên khi ta tiếp xúc với các giác quan của mình, như là mắt, tai, mũi, lưỡi, thân và ý. Và những phiền não này được tiếp nối nhau qua ba thời là quá khứ, hiện tại và tương lai, và như vậy là ta có con số 18. Nhân nó lên với hai trạng thái tâm thức, thiện và bất thiện, và rồi ta lại nhân thêm với ba loại cảm thọ phát sinh khi ta có sự tiếp xúc là *lạc, khổ* và trung tính (không khổ không vui) - 6 x 3 x 2 x 3 - ta sẽ có con số 108.

Thật ra còn có nhiều cách khác nhau để tính ra con số ấy, nhưng đa số đều gần giống như nhau.

Đối với người Phật tử thì vô minh, cái thấy không sáng tỏ, chính là nguyên nhân gốc của phiền não. Những lo âu về tiền bạc hay sức khoẻ, nếu ta nhìn cho kỹ, thì thật ra chúng rất là vô ích. Trên cuộc đời này sẽ không bao giờ ta có đủ tiền bạc, và sức khoẻ thì chắc chắn cuối cùng rồi cũng sẽ suy giảm, cho dù ta có làm gì đi chăng nữa! Thông điệp không lời của tràng chuỗi Phật giáo là: "Đừng lo âu về những sự việc, hãy lo về vấn đề tại sao ta lúc nào cũng lo âu, và giải quyết ngay tận gốc rễ của nó." Xâu chuỗi tự chính nó cũng là một giáo pháp.

Cho dù ta có sử dụng tràng chuỗi cho bất cứ một việc tụng niệm nào đi chăng nữa, nó bao giờ cũng tàng chứa những bài pháp rất trọn vẹn. Trước hết, trong truyền thống đạo Phật, tràng chuỗi được giữ gìn và tôn kính như là một quyển kinh hay y áo của một tu sĩ. Điều này cũng rất dễ hiểu, vì ta sử dụng những tràng hạt để niệm danh hiệu Phật hoặc các câu chú, thường được xem như là tinh yếu của các bài kinh. Và kế đến, khác với xâu chuỗi mân côi của Thiên chúa giáo, tràng chuỗi trong đạo Phật còn cốt ý để ta mang vào người khi không sử dụng. Vì vậy tràng chuỗi cũng còn được xem như là một nhắc nhở, chúng ta đang được phủ che bằng chiếc áo chân lý của một con đường giải thoát. Và rồi trong mỗi tràng chuỗi đều có một *"hạt đạo sư"* (*guru bead*). Đó là một hạt to, có ba lỗ, ở cuối tràng chuỗi. "Hạt đạo sư" này cũng tương đương với chiếc thánh giá trên xâu chuỗi mân côi. Nó tượng trưng cho vị đạo sư - và giáo pháp - mà chúng ta cứ tiếp tục quay trở về sau mỗi vòng chuỗi.

Trong truyền thống Phật giáo Bắc tông, cuối những buổi lễ người ta thường đọc *Bốn lời nguyện* của một người tu. Trong đó, lời nguyện thứ hai là *Phiền não vô tận thệ nguyện đoạn*. Đó là một sự mâu thuẫn tuyệt vời, một công việc mà ta không thể nào hoàn tất được. Nhưng tràng chuỗi đã làm sáng tỏ thêm, nó giúp ta thấy và hiểu rõ được điểm này, vì tràng chuỗi cũng là một vòng tròn bất tận. Khi ta lần một vòng chuỗi, nó đều bắt đầu và chấm dứt với hạt đạo sư.

Theo đúng luật thì ta không bao giờ lần ngang qua hạt đạo sư này. Thay vì vậy, nếu ta muốn lần thêm một vòng chuỗi nữa, thì ta phải dừng lại nơi hạt đạo sư ấy, và xoay chuỗi đếm ngược trở lại, và cứ như vậy mà ta tiếp tục. Với sự thực tập ấy, ta cũng sẽ khám phá ra rằng phiền não thật sự là vô tận. Chúng ta đang có mặt trong một **cảnh** giới đầy phiền não, muốn vượt qua chúng ta chỉ có một cách duy nhất là thoát ra khỏi. Và khi thực hiện được điều ấy rồi, ta sẽ nhập vào được chung với cảnh giới của chư Phật.

Một vấn đề khá đặc biệt trong phương pháp lần chuỗi là những hạt chuỗi ấy không bao giờ đưa ta đến nơi đó. Khi vừa sắp đến cảnh giới của Phật thì chúng ta dừng lại và quay ngược trở về. Hành động ấy tuy đơn giản nhưng lại mang một ý nghĩa vô cùng sâu sắc. Mặc dù đức Phật đã chứng đạt được cảnh giới của Niết-bàn, chấm dứt hết tất cả phiền não, nhưng Ngài vẫn sống một đời giác ngộ như một con người bình thường, sống an lạc và thong dong giữa mọi chúng sinh khác trong thế giới. Đức Phật là một bậc Như Lai, *Tathagata*, có nghĩa là "Người đã đến như thế," chứ không phải là "người đã đi như thế".

Người Phật tử không bao giờ chối bỏ, trốn tránh hay muốn thoát ra khỏi cuộc đời này. Chúng ta được dạy làm sao để mình thật sự có mặt và sống an lạc chung với tất cả. Theo thuật ngữ của nhà Phật thì sự an lạc đó cũng được gọi là *Tathagata*, Như Lai.

Như Lai là một bậc đã giác ngộ như vậy đó, như thế đó, chứ không phải như một sự mong cầu riêng tư nào. Ta không bao giờ trốn chạy đến một nơi nào khác. Những phiền não, lo âu của lúc ban đầu tự chính nó cũng là sự giác ngộ ở lúc cuối. Phiền não tức bồ-đề. Vì không hiểu được điều này mà ta cứ miệt mài theo đuổi một ngôi vị nào đó, một sự chứng đắc nào đó, để rồi khi gần đến nơi, ta bị bắt phải quay trở lại về với nơi mình đã đến. Và cũng như thế, chúng ta tiếp nhận Phật pháp qua từng hạt chuỗi lần qua tay.

Đó là những bài học mà tràng chuỗi đã dạy cho tôi. Ngày nay, sau bao nhiêu năm tháng thực tập, tiếp nhận giáo pháp qua lòng bàn tay, thỉnh thoảng tôi cũng nhận thấy được giáo pháp ấy trong người khác. Có một bà cụ người Tây Tạng là mẹ của một người bạn tôi, bà xa quê hương và đang ở gần nơi tôi sống. Đi đâu bà cũng cười thật tươi và có nhiều hạnh phúc. Bà bị một cái bướu rất lớn nơi cổ, nó sưng thật to và lộ hẳn trên chiếc cổ áo Tây Tạng truyền thống của bà. Lúc nào bà cũng lần một **xâu** chuỗi trên tay, và bao giờ bà cũng mỉm cười. Bà không nói được tiếng Anh, nhưng mỗi khi tôi nhìn tay bà lần đến phía cuối **xâu** chuỗi, bà vui **vẻ** xoay ngược lại và lần tiếp theo chiều kia, tôi có cảm nhận rằng bà đang an trú trong **cảnh** giới của mình, và dường như bà đang nói rất to cho tất cả **đều** nghe: Phật-đà. Đạt-ma. Tăng-già. Buddha. Dharma. Sangha. Tất cả Pháp tạng đều có mặt nơi đó. Lúc nào bà cũng mang theo cạnh bên. Và những khi không lần **chuỗi**, bà đeo nó trên tay áo.

Clark Strand

V.
HẠNH PHÚC
VÀ CON ĐƯỜNG

Điều nghịch lý của ngày nay

Điều nghịch lý của thời đại ngày nay là chúng ta có những toà nhà cao hơn nhưng sự kiên nhẫn lại ngắn hơn, ta có những đại lộ rộng lớn hơn nhưng cái nhìn lại nhỏ hẹp hơn. Chúng ta tiêu xài nhiều hơn nhưng có được ít hơn, mua sắm **nhiều** hơn nhưng thưởng thức lại kém hơn. Ta có căn nhà to rộng hơn nhưng gia đình nhỏ bé hơn; có nhiều tiện nghi hơn nhưng thời giờ ít ỏi hơn. Chúng ta có nhiều bằng cấp hơn nhưng hiểu biết lại giảm đi, ta dư thừa kiến thức nhưng lại thiếu sự xét suy; ta có thêm nhiều nhà chuyên môn **nhưng** cũng thêm **biết** bao nhiêu là **rắc rối**, có thêm thuốc men nhưng sự lành mạnh lại càng sụt giảm.

Thời đại ngày nay chúng ta uống rượu và hút thuốc quá nhiều, tiêu pha không tiếc nuối, thiếu vắng tiếng cười, lái xe quá nhanh, nóng giận rất dễ, thức rất khuya, đọc sách rất ít, xem ti vi quá nhiều, và hiếm khi ta biết ngồi lại trong tĩnh lặng! Tài sản của ta tăng lên gấp bội phần nhưng giá trị chúng **ta** cũng sụt giảm theo. Chúng ta nói quá nhiều, thương yêu quá ít, và thù ghét thì lại quá thường **xuyên**.

Chúng ta biết cách kiếm sống nhưng không mấy ai biết sống. Một đời người được kéo dài hơn nhưng chỉ là cộng thêm năm tháng mà thôi. Chúng ta đã lên đến mặt trăng và trở về trái đất, nhưng rất khó bước qua bên kia đường để chào người hàng xóm mới. Ta chinh phục được thế giới bên ngoài nhưng không biết gì về thế giới bên trong. Chúng ta đã làm được rất nhiều việc lớn lao nhưng rất ít việc tốt lành.

Không khí chung quanh ta trong sạch hơn nhưng tâm hồn ta càng thêm ô **nhiễm**. Chúng ta chia cắt được một hạt nguyên tử nhưng chưa phá được thành kiến của chính mình.

195

Chúng ta viết nhiều hơn nhưng học được ít hơn. Chúng ta có nhiều dự án hơn nhưng hoàn tất ít hơn. Chúng ta biết cách làm việc thật nhanh chóng nhưng không biết cách đợi chờ. Chúng ta thiết kế nhiều máy điện toán chứa thật nhiều dữ kiện, in ra bao nhiêu tài liệu, nhưng sự truyền thông giữa con người lại càng sút kém đi.

Ngày nay là thời đại của mì ăn liền, tiêu hóa chậm, con người to lớn nhưng chí khí rất nhỏ, lợi nhuận thì rất sâu mà tình người thì rất cạn. Đây là thời đại của hai đầu lương nhưng trăm ngàn ly dị, nhà cửa khang trang nhưng đổ vỡ trong gia đình. Đây là thời đại của những mặt hàng trưng bày ngoài cửa tiệm thì rất nhiều, nhưng trong nhà kho lại không có một đồ vật nào. Đây là thời đại mà kỹ thuật có thể mang lá thư này đến thẳng với bạn và bạn cũng hoàn toàn tự do để chọn đọc nó hay xoá bỏ đi...

Nhưng xin bạn hãy nhớ bỏ thì giờ ra với người thương, vì họ sẽ không có mặt với ta mãi mãi. Hãy nhớ chọn những lời dễ thương với những ai đang ngước nhìn bạn nhiều ngưỡng phục, vì cô hay cậu bé đó rồi cũng sẽ lớn lên và rời xa ta. Hãy nhớ ôm chặt người gần bên, vì đó là một món quà vô giá mà ta có thể ban tặng cho người khác, khi nó được xuất phát từ đáy tim mình. Hãy nhớ nắm tay nhau và trân quý phút giây này, vì biết rằng thời gian sẽ không ở với ta mãi mãi. Hãy có thì giờ để thương nhau, để lắng nghe nhau, và nhất là hãy chia sẻ với nhau những ý tưởng đẹp nhất trong tâm mình.

Và nhất là bạn hãy luôn nhớ rằng, cuộc sống không phải được đo lường bằng con số hơi thở của mình, mà bằng những giây phút kỳ diệu trong cuộc đời đã mang hơi thở ấy bay cao.

Dr. Bob Moorehead

Chạm những lá xanh

Khoảng hai tuần trước đây, ba cha con chúng tôi **suýt** bị một tai nạn khi băng qua con đường trước nhà. Hôm ấy tôi dẫn hai đứa con đến trường lần cuối cùng trước khi nghỉ hè. Khi băng qua được khoảng ba phần tư đường, trong lúc đèn cho phép đi bộ vẫn còn sáng và cả ba cha con chúng tôi đều cẩn thận nắm chặt tay nhau, một chiếc xe phóng ra từ đâu, quẹo **gấp** ngang góc đường với một vận tốc **chết** người, va vào bờ rồi nẩy lên, tạt qua hướng chúng tôi đang đứng.

Tôi thấy mặt người lái xe rõ ràng. Tôi có cảm tưởng rằng chúng tôi gần sát đến độ có thể hôn nhau được. Cô ta là một thiếu nữ có gương mặt đẹp với một ánh mắt không hồn. Chiếc xe chỉ cách chúng tôi vài phân rồi tạt sang một hướng khác, bánh xe rít trên đường. Xe đảo qua lại trên đường như đuôi một con cá, sau cùng **cô ta** lấy lại được **sự** kiểm soát rồi biến đi mất dạng. Tôi đứng đó mà nín thở, đầu gối run rẩy, tim tôi đập như trống. Ngược hẳn lại, hai đứa con tôi phá lên cười, chúng đuổi nhau qua phía bên kia đường, chạy hết từ cây này sang cây khác, như mọi ngày, nhảy lên quơ tay cố chạm những **chiếc** lá xanh.

Vẫn còn run sợ vì chuyện vừa xảy ra thật bất ngờ, tôi chẳng biết phải nghĩ hay nói gì. Tôi làm chuyện dĩ nhiên: nổi giận. Không phải với người tài xế lái chiếc xe ấy, bởi vì cô ta đã đi mất rồi. Tôi trút cơn giận lên hai đứa con tôi. Tôi định sẽ dạy cho chúng một bài học mà rõ ràng chúng đã không học được sau kinh nghiệm vừa rồi.

"Đừng bao giờ, đừng bao giờ lơ đãng một phút nào khi băng qua đường. Các con có thấy chiếc xe khi nãy không? Chỉ còn một chút nữa là nó đụng ta rồi. Các con có biết vậy không? Chỉ còn một chút xíu nữa thôi là..."

"Thôi hết rồi mà ba," đứa con trai 8 tuổi của tôi vô tư trả lời, rồi nhảy lên cố nắm lấy một nhánh cây mà nó đã bắt hụt khi nãy. Lúc này đứa con gái 6 tuổi của tôi đã nhảy lò cò xuống tận góc đường và sắp sửa mất dạng.

Như vậy là quá mức! Cơn giận của tôi bùng nổ. Nếu hai đứa con tôi còn nhớ gì về buổi sáng đến trường hôm ấy, có lẽ là: cha chúng nó đôi khi chẳng cần gì hết cũng có thể trở nên giận dữ, điên lên một cách thật vô lý. Và hai đứa con tôi nghĩ đúng. Chúng nó có làm gì sai đâu! Chúng nắm tay tôi, băng qua đường theo sự báo hiệu của đèn. Sự thật thì tôi chẳng có bài học gì để dạy chúng cả!

Nếu có chăng là bài học này: đời sống đầy dẫy những chuyện bất ngờ. Khi ta tưởng rằng chung quanh ta an toàn thì đâu đó có một người nào đang để tay lên cần giật: một mạch máu vỡ nơi óc, hay nghẹn nơi tim, một tế bào ung thư xuất hiện, một người lái xe say rượu, một tên nghiện đi tìm thuốc phiện... Khi một chiếc màn buông xuống, chúng ta không có thì giờ để hỏi han hay xin xỏ thêm một cơ hội nào khác, dầu có tức giận hay phản kháng. Sự việc chỉ giản dị xảy đến. Rồi đi. Không cần từ giã.

Tôi muốn dạy cho hai đứa con tôi về những nguy hiểm trong đời sống. Chúng ta ai mà lại không vậy! Nhìn hai bên đường. Mặc đồ trắng sau khi trời tối. Đừng nhận kẹo từ một người lạ. Chúng ta trả lời hết mọi thắc mắc và hy vọng rằng chúng sẽ hỏi thêm. Nhưng để một tên say rượu sau tay lái và những bài học của chúng ta trở thành vô nghĩa.

Nhưng những bất ngờ của cuộc đời đều có một lợi ích này: chúng làm tăng thêm giá trị của cuộc sống, mặc dù một mặt là đe dọa tiêu diệt nó. Chiều hôm ấy, khi đón hai đứa con từ trường về, trên đường đi bộ tôi nhìn xuống, thấy như có gì thay đổi, hai đứa nó bỗng trở nên quý giá hơn, mỏng manh hơn.

Kinh nghiệm này dạy cho tôi một điều mà tôi cứ quên mãi: đời sống không phải được cho không, mà nó là một món quà vô giá. Rồi một ngày chúng ta sẽ bị cướp mất đi, bởi một cơn đau trong đêm khuya hay một người lái xe buổi sáng, nhưng không gì có thể làm giảm đi giá trị của cuộc sống. Ngược lại, chính cái tính chất mỏng manh và vô thường ấy bảo đảm cho sự quý giá của nó. Ta chỉ thật sự trân quý một cái gì mà một ngày nào đó chúng ta biết mình sẽ phải đánh mất. Cần một bẫy **sập** rung rinh dưới chân, và một người tài xế điên rồ phủ bóng thần chết thoáng lên gia đình tôi, để một lần nữa tôi tỉnh thức dậy và thấy được sự nhiệm mầu của cuộc sống, và năng lượng của tình thương.

Nhưng đời sống là vậy đó. Thường thường, những món quà quý giá nhất lại được gói trong một thứ giấy rất kỳ cục. Kỳ cục đến độ nếu cho chúng ta một sự chọn lựa, chắc chắn chúng ta sẽ lựa một món khác. Chúng ta chọn món mà được gói trong những bao giấy màu thật đẹp, có gắn thêm một cái nơ mỹ miều. Không bao giờ lại là thứ đồ gói bằng loại giấy vàng cũ kỹ, cột lại bằng một sợi dây gai.

Hai đứa con tôi không biết, nhưng thật ra chúng đã nghĩ rất đúng. Ba cha con tôi vừa thoáng chạm vào chiếc áo đen rộng thùng thình của tử thần. Tại sao tôi không nghĩ đến việc nhảy lên **chạm** những chiếc lá xanh trên cành bạn nhỉ?

F. Forrester Church

Hạnh phúc chính là con đường

Chúng ta tự thuyết phục mình rằng cuộc sống sẽ tốt đẹp hơn sau khi ta hoàn tất một dự án này, học hết chương trình này, xong một khoá trị liệu này... Hay có thể là sau khi mình lập gia đình, sanh con, và thêm đứa nữa... Nhưng rồi chúng ta sẽ có những bức xúc vì những đứa con của mình vẫn chưa đủ **lớn**, chừng ấy ta mới có được hạnh phúc. Nhưng sau đó, ta lại có những vấn đề khác vì phải đối đầu với tuổi thiếu niên của chúng. Và ta chắc chắn mình sẽ có hạnh phúc khi nào chúng qua khỏi giai đoạn ấy...

Chúng ta tự **nhủ**, mình sẽ hoàn toàn có hạnh phúc khi nào người bạn đời của mình biết thay đổi thái độ, **hoặc** khi ta có một chiếc xe hơi đời mới hơn, khi ta có một chuyến nghỉ mát thật vừa ý, hay là khi ta về hưu...

Nhưng bạn biết không, thật ra thì sẽ không có một giây phút nào là hạnh phúc hơn giây phút này. Nếu không phải bây giờ thì sẽ là bao giờ? Cuộc sống lúc nào cũng đầy dẫy những thử thách và biến đổi.

Chúng ta đã được hứa hẹn rằng, ở một thời điểm nào đó trong tương lai, cuộc sống sẽ bắt đầu - một cuộc sống thật sự. Nhưng dường như lúc nào cũng có một chướng ngại nào đó ngăn chặn không cho ta đến được nơi ấy, ta có vấn đề này cần phải vượt qua trước, có vài việc chưa làm xong, vài chuyện cần được thanh toán, vài món nợ cần được trang trải... Rồi chừng ấy cuộc sống mới có thể bắt đầu. Nhưng rồi tôi chợt nhận ra rằng, những chướng ngại ấy cũng chính là cuộc sống.

Khám phá đó giúp tôi ý thức được là không có một con đường nào để đi đến hạnh phúc. Hạnh phúc là kinh nghiệm được mình đang sống, trọn vẹn trong giây phút này, và tiếp xúc với nó thật sâu sắc.

Vì vậy bạn hãy biết trân quý mỗi giây phút mà mình đang có. Và hãy trân quý nó hơn nữa vì bạn đang chia sẻ giây phút ấy với một người nào đó rất đặc biệt, họ quan trọng đủ để bạn có thể chia sẻ thời giờ của bạn trong lúc này... Và bạn cũng nên nhớ rằng, thời gian không chờ đợi một ai.

>Vì vậy bạn thôi đừng chờ...
>Cho đến khi ta học xong
>Cho đến khi ta đi học trở lại
>Cho đến khi ta xuống cân
>Cho đến khi ta lên cân
>Cho đến khi ta có con
>Cho đến khi con mình khôn lớn
>Cho đến khi ta đi làm
>Cho đến khi mình về hưu
>Cho đến khi ta lập gia đình
>Cho đến khi ta ly dị xong
>Cho đến chiều thứ Sáu
>Cho đến sáng Chủ nhật
>Cho đến khi ta có xe hơi hay nhà mới
>Cho đến khi ta trả hết tiền nhà hay tiền xe
>Cho đến mùa Xuân
>Cho đến mùa Hạ
>Cho đến mùa Thu
>Cho đến mùa Đông
>Cho đến khi ta có đủ tiêu xài
>Cho đến ngày lãnh lương
>Cho đến khi bài nhạc của mình trỗi lên
>Cho đến khi ta uống một tách cà phê
>Cho đến khi ta nhắm mắt lìa đời
>Cho đến khi ta sanh trở lại và khám phá ra rằng, không có giây phút nào khác để có hạnh phúc hơn là ngay giây phút này.

Hạnh phúc không phải là một nơi nào ta đến, mà chính là con đường ta đang đi.

Những bài học thiên văn

Vài tháng trước, vào một buổi tối mùa xuân trời trong, tôi dẫn đứa con trai 6 tuổi của mình, *Skyle*, đến trung tâm không gian *Chabot Space and Science Center* ở vùng *Berkeley* để quan sát Thổ tinh (Saturn) qua chiếc kính thiên văn dài 28 bộ Anh.

Bầu không gian là niềm say mê mới nhất của bé *Skyle*. Nó thường mải mê vùi đầu trong những quyển sách với tựa đề như là "*Một trăm điều bạn cần biết về không gian*", hay là chơi với những tấm thẻ, một mặt có in hình chiếc viễn vọng kính *Hubble Scope*, mặt bên kia là câu đố như là, "Sự bùng nổ của ngôi sao, *super nova*, được cấu tạo như thế nào?" "Làm thế nào các khoa học gia biết được một dãy thiên hà đang xoay theo chiều nào?"...

Bầu không gian không phải là một đề tài tôi thường chú ý, vì vậy mà những quyển sách của bé *Skyle* - nó bắt tôi đọc cho nghe sau buổi ăn chiều - thường mang lại cho tôi nhiều điều mới lạ. "Chất đen, *dark matter*, là tên đặt cho những vật ngoài vũ trụ, vì các khoa học gia tuy biết rằng chúng có mặt, nhưng không thể tìm thấy chúng" Hoặc là, "Các khoa học gia có thể đoán được vũ trụ này có bao nhiêu vật thể (*matter*) bằng cách đo lường sự chuyển dịch của các thiên hà. Điều này cho ta thấy, tất cả những vì sao và hành tinh chỉ là một phần rất nhỏ của vũ trụ. Phần lớn còn lại là vô hình."

Câu nói ấy đã khiến cho tôi suy nghĩ hết trọn một tuần. Và tôi cũng kinh ngạc là tại sao các khoa học gia vẫn chưa trở thành những tu sĩ huyền bí, quỳ sụp xuống và tôn thờ những chiếc viễn vọng kính của họ!

"Bên ngoài vũ trụ còn có gì nữa không?" Chúng tôi cũng đọc cùng trong một quyển sách ấy của *Skyle*. "Các khoa học gia vẫn còn suy đoán, bằng cách dựa trên những manh mối còn sót lại sau khi vũ trụ được sanh ra. Nhưng họ tin chắc rằng, nơi ấy hoàn toàn không có thời gian, cũng không có khoảng cách và vật thể."

Câu chót ấy nghe sao giống như một lời kinh xưa, vọng ra từ trong một thiền viện, tụng theo nhịp mõ vang vang. Nhưng thật ra tôi đang đọc cho bé *Skyle* nghe nơi chiếc bàn ăn trong nhà bếp, trong khi nó đang say mê gặm nhấm miếng bánh màu hồng có dạng một trái trứng mà nó tin rằng có một con thỏ to thần bí nào đó đã **giấu** trong nhà chúng tôi vào buổi sáng *Easter*. Mà đâu ai có thể trách nó được? Trong một thế giới của vụ nổ lớn, *Big Bang*, và những đường hầm thông thương, *wormholes*, kết nối các vũ trụ khác lại với nhau, thì tôi cũng có thể tin vào sự có mặt của một con thỏ to huyền bí được chứ!

Tôi và bé *Skyle* đi đến đài trung tâm thiên văn *Chabot* với đứa bạn thân cùng tuổi, *Alex*, cũng say mê khoa học như nó. Bé *Alex* thì lại rất đam mê về môn vi trùng học, *microbiology*. Những món đồ chơi của nó là những con vi khuẩn nhồi bông, đủ mọi loại, mọi chứng bệnh.

Skyle và *Alex* đã làm bạn với nhau trước khi chúng biết đi, khi tôi và má nó thường bế hai đứa ra chơi ngoài công viên gần nhà. Vào năm ba tuổi, *Alex* bị chẩn đoán với căn bệnh *loạn dưỡng cơ* (muscular dystrophy) và hiện giờ đang được chữa trị theo một phương pháp *genetic* còn trong vòng thử nghiệm. Và điều đó có nghĩa là trong vòng mười năm tới, sự thành công hay thất bại cũng đồng nghĩa với sự sống chết của nó.

Bé *Alex* không chạy nhanh như chúng bạn, và nó cũng gặp khó khăn khi bước lên những bậc thang. Nhưng trước những chuỗi cười **giòn** tan, thường không ai nhớ đến căn bệnh mà nó đang **mắc phải**.

Bé *Skyle* cũng có vấn đề riêng của nó, mặc dầu không đến nỗi nguy hiểm đến mạng sống. Lúc ba tuổi, nó phải đi điều trị vấn đề về sự phối hợp giác quan, *sensory integration*. Hệ thần kinh của nó quá nhạy cảm và có một kết cấu hơi khác thường. Nó có thể nghe được tiếng **dòng** điện chạy vang trong tường, khi ngủ phải cần những tấm màn che thật tối, và tôi vẫn thường bồng nó khóc la ra khỏi những buổi tiệc sinh nhật vì tiếng ồn lớn.

Bây giờ thì mọi việc đều đã trở nên khá bình thường. Nhưng trong những năm tháng qua, tình bạn giữa nó và bé *Alex* là chỗ nương tựa cho cả hai, chúng cùng vui đùa và chia sẻ những say mê lẫn các khó khăn của nhau.

Chúng tôi đến nơi khi bầu trời đêm cũng vừa buông xuống trên mái vòm to của đài thiên văn *Chabot*. Đây cũng là nơi **đặt** chiếc kính thiên văn lớn nhất Hoa Kỳ và được mở cửa cho công chúng đến xem. Trong khi sắp hàng **đứng** chờ, *Alex* và *Skyle* thi nhau đố chúng tôi những câu hỏi về *Saturn*: những vòng đai chung quanh *Saturn* được làm thành bởi những tảng băng và đá. *Saturn* to hơn trái đất gấp 800 lần, nhưng nó rất nhẹ, nếu như ta thả vào một đại dương vĩ đại thì nó vẫn nổi trên nước.

Skyle quay sang nói chuyện với một phụ nữ đứng phía sau, chừng ba mươi tuổi, có lẽ cũng là một thành viên thiên văn "chuyên nghiệp" như nó. Cả hai bàn với nhau về 62 mặt trăng của *Jupiter* và về *Proxima Centauri*, ngôi sao gần nhất với mặt trời chúng ta, cách xa khoảng chừng 4 năm ánh sáng.

"Cháu có biết nếu ta tính ra bằng **dặm** là nó cách xa bao nhiêu không?" Cô ta hỏi.

Skyle nhíu mày suy nghĩ: "Nếu tính ra bằng **dặm**, ta phải nhân lên 186.000 **dặm** cho mỗi giây, nhân với 60 giây trong một phút, nhân với 60 phút mỗi giờ, nhân với 24 giờ trong một ngày, nhân với 365 ngày trong một năm, và rồi nhân lên cho 4 năm. Cháu không tính nhẩm trong đầu được. Có nhiều con số không quá!"

Đến phiên chúng tôi, từng người một thay nhau leo lên một chiếc thang dựng đứng và bước đến đặt mắt nhìn qua ống nhòm của chiếc viễn vọng kính.

"Má! Má phải xem cái này!" *Skyle* há hốc miệng!

Tôi đặt mắt vào ống nhìn và qua chiếc kính viễn vọng, 900 triệu **dặm** xa, là hành tinh *Saturn* - màu vàng sáng, với những vòng đai và chói sáng như một viên kẹo. Chung quanh nó là năm đốm sáng, những mặt trăng lớn nhất của *Saturn*.

Trong khi ấy, tầng bên ngoài phía trên, một số đông những người mê thiên văn đã bắt đầu tụ họp. Họ mang theo những chiếc kính riêng của mình, đặt nhắm lên bầu trời đêm hướng về những vật thể của thiên đàng. Giống như là một buổi hội thiên văn vậy. Bé *Skyle* và *Alex* đua nhau chạy từ chiếc kính thiên văn này sang cái khác, đặt mắt vào nhìn rồi la lên câu gì đó vô nghĩa. Một trò chơi bí mật nào đó mà chỉ có chúng mới hiểu với nhau.

Ánh trăng thật sáng, dường như ta có thể đọc sách được. Bé *Skyle* và *Alex* tạm thời chán với bầu không gian, chúng thi nhau tập trò chống tay lộn nhào trên sân. Tôi và má của *Alex* ngồi trên một bờ tường xi măng thấp, nhìn chúng chơi với nhau: Hai đứa bé cũng bí mật và vô thường như những hành tinh quay tròn ngoài không gian vô tận kia. Cơ thể của chúng cũng được làm bằng cùng những vật thể cấu tạo nên các vì tinh tú, đã được tôi luyện trong một mặt trời xa xưa. Tôi tưởng tượng đến sự kinh ngạc của nhà thiên văn đầu tiên khi đặt chiếc viễn vọng kính lên bầu trời đêm và khám phá ra *Saturn* với những vòng đai của nó. Hàng triệu năm qua, loài người chỉ thấy nó như là một điểm sáng trên bầu trời đêm, như một vị thần linh mà sự di chuyển của nó có thể mang lại tai hoạ cho con người.

Những năm trước, có lần tôi hỏi má của *Alex*, làm sao chị vẫn có thể giữ được niềm an vui và tự tin, trong khi phải săn sóc cho bé *Alex* - lo chữa trị, chở nó đi bác sĩ, giữ cho nó được khoẻ mạnh, cầu nguyện cho một ngày nào đó khoa học sẽ tìm ra thuốc chữa. Chị mỉm cười đáp: "Không ai có thể biết chắc được mình sẽ có bao nhiêu thời gian với con mình. Tôi chỉ cố gắng tập cho mình có hạnh phúc trong mỗi ngày."

Ngồi nhìn chúng nó lộn nhào dưới ánh trăng, một câu kinh trong nhà Thiền chợt đến với tôi: "Trong ánh sáng, bóng tối cũng có mặt, nhưng ta không cần phải tìm hiểu bóng tối. Ngay giữa bóng tối, ánh sáng vẫn hiện hữu, nhưng ta không cần phải đi tìm ánh sáng."

Đâu ai thật sự biết được trọng lực, *gravity*, là gì! Quyển sách thiên văn của *Skyle* nói như thế. Nó chỉ là một tên gọi mà chúng ta tạm đặt cho một **lực** hút giúp cho mặt trăng quay chung quanh trái đất, và trái đất quay chung quanh mặt trời - nó giữ cho những vật thể trong vũ trụ ở lại với nhau, thay vì là lao vút đi vào một nơi xa thẳm trong không gian.

Nhìn bé *Skyle* và *Alex* đùa chơi với nhau, tôi có chút xót xa với ước mong sẽ bảo vệ cho chúng lúc nào cũng có hạnh phúc và an toàn, giữa một cuộc sống đầy dẫy những tai nạn xe hơi, vi khuẩn, súng đạn, hiếp đáp và những chứng bệnh bất trị.

Đó là một ước vọng quá to tát mà tôi không thể nào tính được, có nhiều con số không quá!

Việc mà tôi có thể làm là thật sự có mặt với tất cả: cảm nhận được trong tim về những gì tôi biết đang hiện hữu trong vũ trụ này, chúng có mặt rất đầy đủ, mặc dù mình không thể nhìn thấy. Nhìn sâu vào chiếc viễn vọng kính tôi thấy có những vì sao đã chết đi và đang sinh trở lại, cách đây hàng trăm năm ánh sáng.

Anne Cushman

Tôi muốn lại được làm sáu tuổi

Kính gửi Ông hay Bà,

Từ nay tôi xin được chánh thức đệ đơn từ chức người lớn, vì cần phải nhận lãnh trách nhiệm của một em bé sáu tuổi. Tiền thuế của tôi chắc chắn sẽ thấp hơn. Tôi muốn được trở lại làm sáu tuổi.

Tôi muốn đến tiệm *McDonald's* và nghĩ rằng đó là một nhà hàng sang trọng, nổi tiếng nhất trên toàn cầu. Tôi muốn được xếp tàu giấy thả trôi trên những vũng nước bùn và thảy đá tạo thành những con sóng. Tôi muốn được nghĩ là kẹo sô-cô-la quý báu hơn tiền, vì chúng có thể ăn được. Tôi muốn được chạy đá banh với chúng bạn trên sân vào những giờ ra chơi. Tôi muốn được thức thật khuya trong đêm giao thừa để đón ông bà và núp lén xem ông táo.

Tôi tiếc nhớ lại những ngày xa xưa khi cuộc sống rất đơn giản. Khi những gì tôi biết chỉ là mười hai màu căn bản, một bảng toán cộng và vài bài ca dao học thuộc lòng. Nhưng tôi không thắc mắc gì hết. Vì tôi không hề biết những gì tôi không biết, mà tôi cũng chẳng cần muốn biết.

Tôi muốn được đến trường, ăn **quà** với chúng bạn, ra sân chơi, chạy đuổi nhau và đi cắm trại. Tôi muốn được lúc nào cũng vui, vì tôi không biết về những gì tôi cần phải buồn giận. Tôi muốn nghĩ rằng thế giới này rất công bằng, ai ai cũng thành thật và tốt bụng với nhau. Tôi muốn tin là bất cứ việc gì cũng **đều** có thể được.

Đôi lúc, trong khi lớn lên, tôi đã được học quá nhiều. Tôi học về vũ khí nguyên tử, về sự kỳ thị, về nạn đói, về bệnh tật, về ly dị, về lường gạt, về đau đớn, và về cái chết. Tôi muốn nghĩ là tất cả mọi người trên trái đất này, trong đó có tôi, sẽ sống đời đời, vì tôi không biết ý niệm về cái chết. Tôi muốn không biết gì hết về những rắc rối, phức tạp của cuộc đời, và mừng vui trước những điều rất nhỏ nhặt. Tôi muốn ti-vi là một cái gì tôi xem cho vui chứ không phải là một phương tiện để tôi trốn tránh cuộc đời hoặc những công việc cần phải làm.

Tôi muốn sống để biết rằng, những điều nhỏ mang lại cho tôi niềm vui, và chúng sẽ vẫn mãi đem lại cho tôi hạnh phúc ấy y như là lần đầu tiên khám phá. Tôi muốn được trở lại làm sáu tuổi.

Tôi nhớ là mình đã không nhìn thế giới này một cách toàn vẹn, nhưng chỉ chú ý đến những gì có liên hệ trực tiếp đến mình. Tôi muốn được ngây thơ đủ để tin rằng, nếu tôi được hạnh phúc thì mọi người khác cũng thế.

Tôi muốn được đi trên bãi biển và chỉ nghĩ đến cát trắng dưới bàn chân, và hy vọng tìm thấy một viên đá thủy tinh màu xanh thẳm mà tôi hằng mơ ước. Tôi muốn bỏ ra những buổi chiều trèo cây, chạy xe đạp với đám bạn, để mặc cho người lớn lo nghĩ về thời giờ, về những **buổi hẹn khám** bác sĩ, và làm sao để có tiền sửa xe, đóng bảo hiểm...

Tôi muốn tự hỏi mình sẽ làm gì khi lớn lên, mình sẽ ra sao, thành người như thế nào, và không hề lo lắng về chuyện tôi sẽ thật sự ra sao, nếu một mai ước mơ kia không thành sự thật.

Tôi muốn được lại cái thời gian ấy. Tôi muốn được dùng nó

bây giờ như một nơi ẩn náu, vào những lúc chiếc máy vi tính của tôi bị hư, khi giấy tờ cần giải quyết đang chất đống trên bàn, hay khi vài người bạn đang gặp khổ đau, những lúc gây gổ với người bạn đời, hay lúc ngồi tiếc nuối những ngày vui qua mau, hoặc những lúc không biết việc mình làm là đúng hay sai...

Tôi có thể trở về ngày tháng ấy, để được chạy ra ngoài sân thả diều, và không lo nghĩ gì khác hơn ngoài việc nên chọn cánh đồng nào chiều nay trời sẽ lộng gió.

Tôi muốn được trở lại làm sáu tuổi!

Vô danh

MỤC LỤC

Lời giới thiệu 5

I. THEO LỜI PHẬT DẠY 7

Giữ thăng bằng 9
An tĩnh trước cơn giận 15
Những sợi dây cột mở trói 25
Một thanh gươm hoàn hảo 29
Một câu hỏi đúng 31
Thế giới này không phải của ta 33
Hãy rút mũi gai ra 37
Còn cần gì nữa đây? 43

II. KINH NGHIỆM THIỀN TẬP 47

Có gì nhiệm mầu trong giây phút hiện tại? ... 49
Chánh niệm đưa đến giải thoát 65
Còn có gì vui? 71
Nghệ thuật so sánh 75
Kinh nghiệm một thiền sinh 79
Đức Phật bên trong 83
Tìm lại chỗ ngồi của mình 89
Chia sẻ kinh nghiệm thiền tập 93
Chỉ có sự thực tập 101

III. KINH NGHIỆM TU HỌC 105

Một câu hỏi 107
Hạnh phúc chuyển trao 115
Hạnh phúc chân thật là gì? 127

Tu tập thế nào cho có kết quả ? 135
Giúp đỡ người khác tu học................................ 139
Chỉ có một pháp 141
Ý nghĩa của sự tu học 147
 Trái dâu thứ ba.. 149
Ta giúp gì được ai?... 153
Đi tìm một trái ớt ngọt 155
Việc khó khăn của một giáo sư........................ 159

IV. KHẢ NĂNG THƯƠNG YÊU 163

 Ai cũng có khả năng thương yêu 165
Bố thí là sự tu tập 169
Lá chắn tình thương... 173
Ai cũng biết thương yêu 177
Như cánh chim trong cơn gió mạnh 181
Tràng chuỗi lo âu... 187

V. HẠNH PHÚC VÀ CON ĐƯỜNG.................. 193

Điều nghịch lý của ngày nay 195
Chạm những lá xanh 197
Hạnh phúc chính là con đường........................ 201
Những bài học thiên văn 203
Tôi muốn lại được làm sáu tuổi 209

Lời thưa

Trong kinh Pháp Cú, đức Phật dạy rằng: "Pháp thí thắng mọi thí." Thực hành Pháp thí là chia sẻ, truyền rộng lời Phật dạy đến với mọi người. Mỗi người Phật tử đều có thể tùy theo khả năng để thực hành Pháp thí bằng những cách thức như sau:

1. Cố gắng học hiểu và thực hành những lời Phật dạy. Tự mình học hiểu càng sâu rộng thì việc chia sẻ, bố thí Pháp càng có hiệu quả lớn lao hơn. Nên nhớ rằng **việc đọc sách còn quan trọng hơn cả việc mua sách**.

2. Phải trân quý kinh điển, sách vở in ấn lời Phật dạy. Khi có điều kiện thì mua, thỉnh về nhà để tự mình và người trong gia đình đều có điều kiện học hỏi làm theo. Không nên giữ làm của riêng mà phải sẵn lòng chia sẻ, truyền rộng, khuyến khích nhiều người khác cùng đọc và học theo. Không nên để kinh sách nằm yên đóng bụi trên kệ sách, vì **kinh sách không có người đọc thì không thể mang lại lợi ích**.

3. Tùy theo khả năng mà đóng góp tài vật, công sức để hỗ trợ cho những người làm công việc biên soạn, dịch thuật, in ấn, lưu hành kinh sách, **để ngày càng có thêm nhiều kinh sách quý được in ấn, lưu hành**.

Thông thường, việc chi tiêu một số tiền nhỏ không thể mang lại lợi ích lớn, nhưng nếu sử dụng vào việc giúp lưu hành kinh sách thì lợi ích sẽ lớn lao không thể suy lường. Đó là vì đã giúp cho nhiều người có thể hiểu và làm theo lời Phật dạy. Mong sao quý Phật tử khắp nơi đều lưu tâm đóng góp sức mình vào những việc như trên.

TINH YẾU THỰC HÀNH PHÁP THÍ

- *Mua thỉnh kinh sách về đọc, tự mình sẽ được rất nhiều lợi ích.*
- *Chia sẻ, truyền rộng bằng cách cho mượn, biếu tặng kinh sách đến nhiều người thì lợi ích ấy càng tăng thêm gấp nhiều lần.*
- *Đóng góp công sức, tài vật để hỗ trợ công việc biên soạn, dịch thuật, giảng giải, in ấn, lưu hành kinh sách thì công đức lớn lao không thể suy lường, vì có vô số người sẽ được lợi ích từ việc lưu hành kinh sách.*

www.ingramcontent.com/pod-product-compliance
Lightning Source LLC
LaVergne TN
LVHW021710060526
838200LV00050B/2591